मशीनिस्ट प्रथम वर्ष मराठी MCQ

मनोज डोळे

डिजिटायझेशन ही काळाची गरज आहे. भविष्यात, प्रशिक्षण अधिक सोयीस्कर आणि सोपे करण्यासाठी औद्योगिक प्रशिक्षण संस्थांमध्ये ऑनलाइन इंटरनेट वापरून प्रशिक्षण घेणे आवश्यक आहे. MCQ प्रश्नांचा संच असलेली ई-पुस्तके प्रशिक्षणार्थींना उपलब्ध करून दिली जातील कारण त्यांना त्यांच्या औद्योगिक प्रशिक्षण संस्थांमध्ये होणाऱ्या ऑनलाइन परीक्षांच्या तयारीसाठी MCQ प्रश्नांची अधिक सवय होणे आवश्यक आहे.

या सर्व बाबी लक्षात घेऊन श्री.मनोज मधुकर डोळे प्रशिक्षक, औद्योगिक प्रशिक्षण संस्था, सातारा यांनी नवीन वार्षिक प्रणाली आणि NSQF-5 अभ्यासक्रमानुसार पुस्तके लिहिली आहेत. आणि त्यांनी प्रशिक्षण सुलभ करण्यासाठी सैद्धांतिक मोबाइल ॲप्स आणि ब्लॉग तयार केले आहेत आणि हे सर्व शैक्षणिक साहित्य जगप्रसिद्ध Google Play Store, Amazon आणि Apple Book Store वर डाउनलोड करण्यासाठी उपलब्ध केले आहे.

पुस्तकांचे प्रकाशन माननीय सहसंचालक श्री राजेंद्र घुमे साहेब प्रादेशिक व्यावसायिक शिक्षण व प्रशिक्षण कार्यालय, पुणे यांच्या हस्ते दिनांक 9/1/2019 रोजी करण्यात आले, यावेळी श्री प्रकाश सायगावकर साहेब प्राचार्य शासकीय औद्योगिक प्रशिक्षण संस्था औंध पुणे, श्री तुकाराम मिसाळ साहेब प्राचार्य डॉ. सरकार प्र.संस्था सातारा, श्री सचिन धुमाळ साहेब जिल्हा व्यवसाय शिक्षण व प्रशिक्षण अधिकारी सातारा, श्री यतीन पारगावकर साहेब मुख्याध्यापक गो. प्र.संस्था कोल्हापूर, श्री विकास टेके साहेब निरीक्षक व्यावसायिक शिक्षण व प्रशिक्षण क्षेत्रीय कार्यालय पुणे, पालेकर फूड्स प्रॉडक्ट्स प्रा. लि.चे सातारा येथील उद्योजक अध्यक्ष श्री.नीळकंठराव पालेकर साहेब, हिरा फूड्स चे चेअरमन श्री.इब्राहिम बाबा तांबोळी साहेब, सौ.शाल्मली पवार मुख्याध्यापिका शासकीय तंत्रनिकेतन केंद्र सातारा व इतर मान्यवर यावेळी उपस्थित होते.

अनुक्रमणिका

प्रस्तावना

मशिनिस्ट प्रथम वर्ष MCQ हे ITI आणि अभियांत्रिकी कोर्स लिफ्ट आणि एस्केलेटर मेकॅनिकसाठी एक साधे ई-पुस्तक आहे, प्रथम वर्ष, सेमी- 1 आणि 2, 2022 मध्ये सुधारित NSQ F-5 अभ्यासक्रम , यात अधोरेखित आणि ठळक अचूक उत्तरांसह MCQ कव्हरिंगसह वस्तुनिष्ठ प्रश्न आहेत. व्यापाराशी संबंधित सुरक्षिततेच्या पैलूंबद्दल सर्व नवीनतम आणि महत्त्वाचे, मूलभूत फिटिंग ऑपरेशन्स उदा., मेकिंग, फाइलिंग, सॉइंग, चिसेलिंग, ड्रिलिंग, टॅपिंग, ग्राइंडिंग, विविध फिट उदा., स्लाइडिंग, टी-फिट आणि स्क्वेअर फिट यासह सर्व विषय , लेथ ऑपरेशन, टर्निंग ऑपरेशन यासह थ्रेड कटिंग, स्लॉटिंग मशीन आणि वेगवेगळे घटक बनवणे, पारंपारिक मिलिंग मशीन विविध ऑपरेशन्सच्या विस्तृत कव्हरेजसह उदा., प्लेन, फेस, अँगुलर, फॉर्म, गेज, स्ट्रॅडल मिलिंग, स्क्वेअर थ्रेड कटिंग, ग्राइंडिंग ऑपरेशन (दोन्ही पृष्ठभाग आणि दंडगोलाकार) आणि बरेच काही.

आम्ही प्रत्येक नवीन आवृत्तीसह नवीन प्रश्नांची उत्तरे जोडतो. कृपया काही त्रुटी/ वगळल्यास आम्हाला ईमेल करा. सर्व अभियांत्रिकी बहुपर्यायी प्रश्न आणि उत्तरांसाठी हे निर्विवादपणे सर्वात मोठे आणि सर्वोत्तम ई-पुस्तक आहे.

विद्यार्थी म्हणून तुम्ही ते तुमच्या परीक्षेच्या तयारीसाठी वापरू शकता. हे ई-पुस्तक प्राध्यापकांना साहित्य रीफ्रेश करण्यासाठी देखील उपयुक्त आहे.

नांदी, प्रस्तावना

21 व्या शतकातील औद्योगिक क्षेत्रातील वेगाने वाढणाऱ्या मागणीच्या अनुषंगाने बहु-कुशल कारागीरांचा पुरवठा करण्यासाठी व्यवसाय शिक्षण आणि व्यवसाय प्रॅक्टिकल विभागामार्फत व्यावसायिक शिक्षण आणि प्रशिक्षण विभागामार्फत व्यावसायिक शिक्षण आणि प्रशिक्षण दिले जाते. संस्थांमधील सर्व व्यवसाय महत्त्वाचे आहेत, कारण या व्यवसायांतील प्रशिक्षणार्थी उद्योगाच्या मागणीनुसार बहु-कौशल्ये विकसित करतात.

औद्योगिक क्षेत्रातील सर्व उद्योगांमधील सर्व परीक्षा ऑनलाइन घेतल्या जातात आणि त्यामध्ये MCQ पद्धतीच्या प्रश्नांचा समावेश होतो हे लक्षात घेऊन सर्व व्यवसायांसाठी योग्य MCQ ई-पुस्तके उपलब्ध करून देण्याच्या उदात्त हेतूने. श्री.मनोज मधुकर डोळे यांनी नवीन वार्षिक अभ्यासक्रमानुसार MCQ पद्धतीवर खूप चांगले ई-बुक लिहिले आहे. हे ई-बुक सर्व प्रशिक्षणार्थी, प्रशिक्षणार्थी उमेदवार, प्रशिक्षण प्रशिक्षक आणि संबंधित इतरांसाठी निश्चितच मार्गदर्शक ठरेल.

पुस्तकाचे लेखक श्री.मनोज मधुकर डोळे आहेत, इन्स्ट्रक्टर गव्हर्नमेंट ITI सातारा यांना 17 वर्षांचा प्रशिक्षणाचा अनुभव आहे. नवीन वार्षिक पॅटर्न म्हणून लिहिलेल्या, या ई-बुकमध्ये प्रत्येक विषयासाठी मांडणी, सोपी भाषा आणि सोपी वाक्यरचना, आकृती आणि व्हिडिओ समजून घेण्यासाठी आधुनिक डिजिटल QR कोड तंत्रज्ञान समाविष्ट केले आहे. त्यामुळे सखोल अभ्यास आणि परीक्षेच्या सरावासाठी हे ई-बुक नक्कीच उपयोगी पडेल याची मला खात्री आहे. त्यांनी केलेले काम नक्कीच कौतुकास्पद आहे.

श्री तुकाराम मिसाळ
प्राचार्य शासकीय औद्योगिक प्रशिक्षण संस्था सातारा.

ऋणनिर्देश, पावती

DGET नवी दिल्ली आणि CSTARI कोलकाता ऑगस्ट 2018 च्या सत्रापासून ITI मधील सर्व व्यवसायांसाठी वार्षिक पॅटर्न लागू करत आहेत. परीक्षा पद्धतीतही बदल करण्यात येणार असून या वर्षीपासून ती ऑनलाइन होणार असून सर्व प्रश्न वस्तुनिष्ठ स्वरूपाचे (MCQ) असल्याने प्रशिक्षणार्थींना सखोल अभ्यासाची नितांत गरज आहे. हे लक्षात घेऊन जुन्या NIMI पॅटर्नवर आधारित पुस्तके आणि नवीन वार्षिक पॅटर्नचे संपूर्ण विहंगावलोकन सादर करताना आम्हाला आनंद होत आहे आणि आम्हाला आशा आहे की ही पुस्तके सर्व व्यवसाय संचालक आणि प्रशिक्षणार्थींसाठी मार्गदर्शक ठरतील. आहे.

ही पुस्तके लिहिल्याबद्दल जोहर आवटे साहेब, ITI अकलूजचे प्राचार्य. ITI सातारा चे माजी प्राचार्य सायगावकर साहेब, सहाय्यक संचालक श्री चंद्रकांत ढेकणे साहेब व्यवसाय शिक्षण व प्रशिक्षण प्रादेशिक कार्यालय, पुणे, जिल्हा व्यवसाय शिक्षण व प्रशिक्षण अधिकारी सचिन धुमाळ साहेब व मुख्याध्यापिका शासकीय तंत्रनिकेतन केंद्र शाल्मली पवार मॅडम व मुलगा अधिराज डोळे, आई कुसुम डोळे. , माझे वडील मधुकर डोळे आणि पत्नी अश्विनी डोळे यांनी वेळोवेळी केलेल्या विशेष मार्गदर्शन व सहकार्याबद्दल मी त्यांचा मनःपूर्वक आभारी आहे.

तसेच अतिशय कमी कालावधीत पुस्तक प्रकाशित करण्यात अमूल्य वेळ दिल्याबद्दल श्री राजेंद्र घुमे साहेब, सहसंचालक, व्यवसाय शिक्षण व प्रशिक्षण प्रादेशिक कार्यालय, पुणे यांनी पुस्तकाचे पुनरावलोकन केले. त्यांच्या अभिप्रायाबद्दल मी मनापासून आभारी आहे.

पुस्तक लिहिण्याच्या सुरुवातीपासूनच सतत पाठबळ दिल्याबद्दल ITI सातारा च्या प्रशिक्षकांचा मी आभारी आहे.

या पुस्तकातून, ई-लर्निंगबद्दलचे माझे विचार तुमच्याशी शेअर करण्यात मी स्वतःला धन्य समजतो. हे पुस्तक परिपूर्ण आहे असा दावा मी करणार नाही, कारण परिपूर्णतेचा विचार करता हे पुस्तक एक प्रयत्न आहे आणि बाल्यावस्थेत आहे. त्यांची चाचणी आणि सूचना दिल्यास ते सुधारण्यासाठी मोलाचे ठरतील.

मनोज डोळे
दिनांक 9/1/2019

1

मशीनिस्ट प्रथम वर्ष मराठी
MCQ Drawing

www.itibook.blogspot.com   www.itiapp.blogspot.com   www.ititests.blogspot.com

www.itibook.com

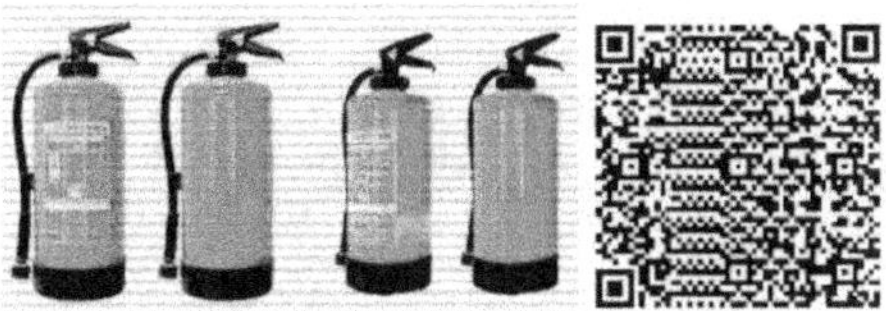

Fire extinguisher

Calliper

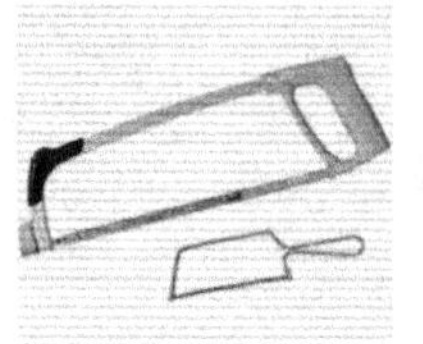 

Hacksaw frame

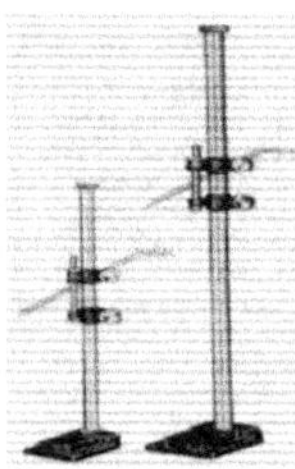 

Universal surface guage

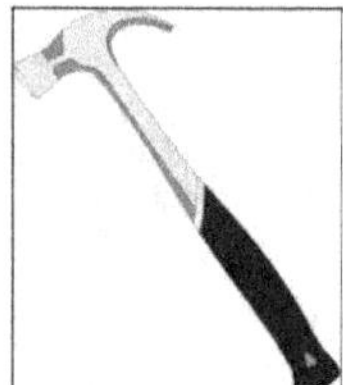 

Hammer

Centre punch

Bench vice

Files

Scraper

Surface Plate

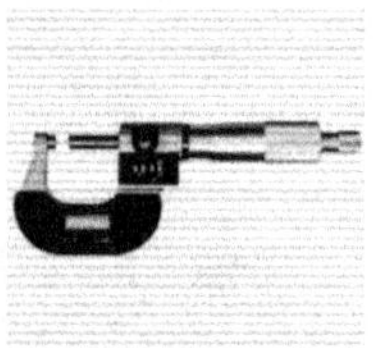

Outside Micrometer

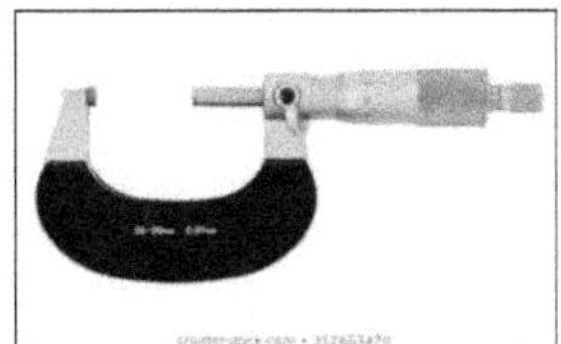 

Micrometer

Depth micrometer

Vernier Calliper

Vernier bevel protractor

Drilling

Reamer

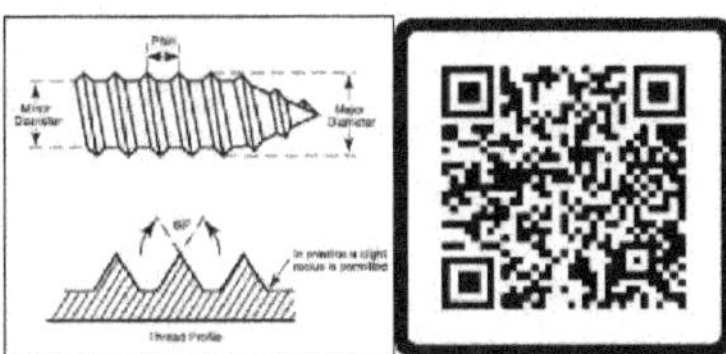

Thread

Tap Die

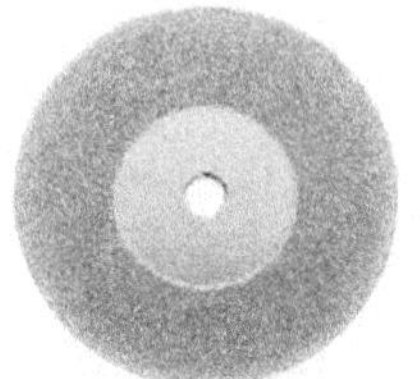

Grinding Wheel

Slip gauge

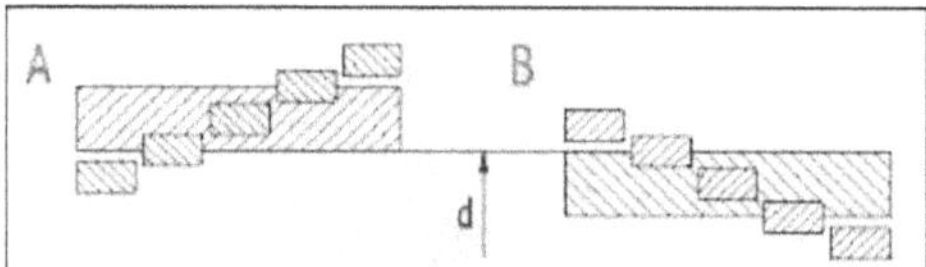

Limit fit tolerance

Lathe Machine

Lathe chuck

Taper turning attachment

taper ring gauge

screw pitch gauge

Gear

screw pitch gauge

Tap Die

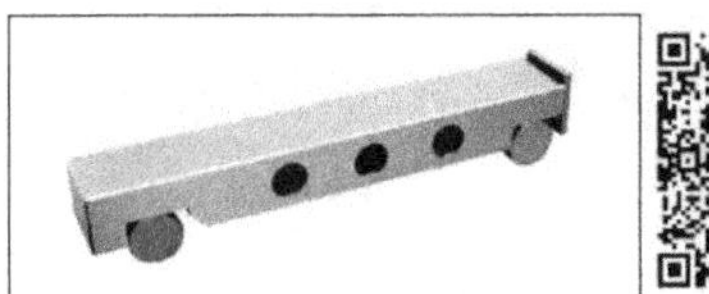

Sine bar

Slip gauge

Dial test indicator

Telescopic gauge

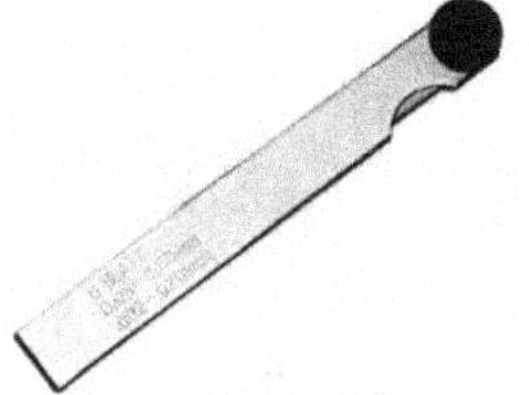 

Feeler gauge

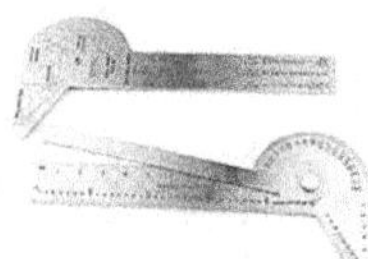 

Centre gauge

Jig

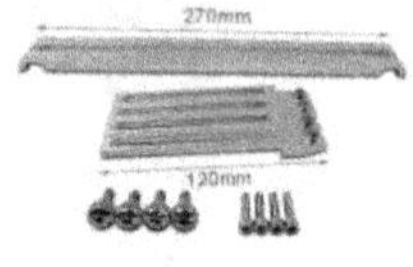 

Fixture

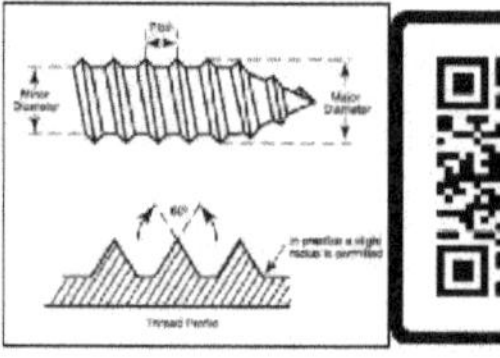 

Thread

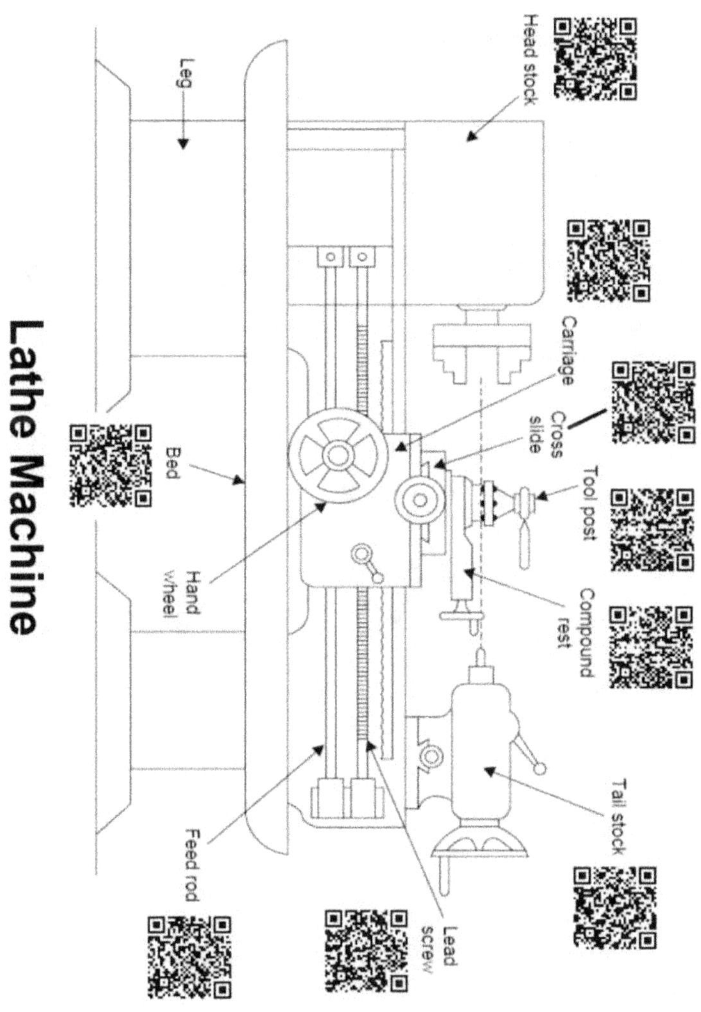

Lathe Machine
Leg
Head stock
Carriage
Cross slide
Tool post
Compound rest
Bed
Hand wheel
Feed rod
Lead screw
Tail stock

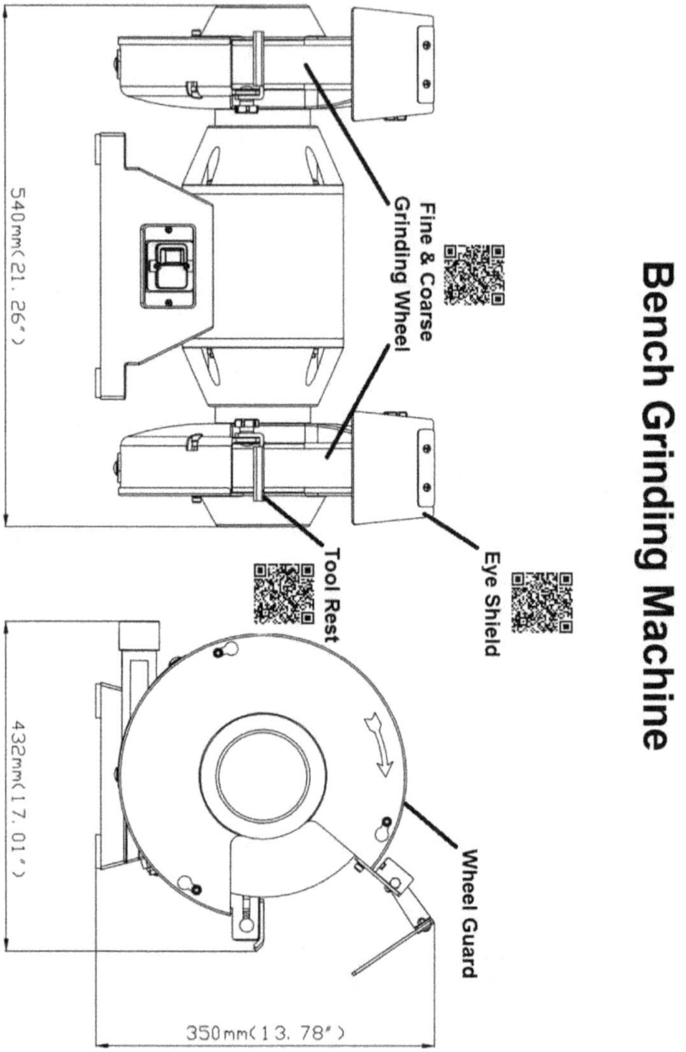

Bench Grinding Machine

540mm(21. 26″)

Fine & Coarse Grinding Wheel

Eye Shield

Tool Rest

432mm(17. 01″)

350mm(13. 78″)

Wheel Guard

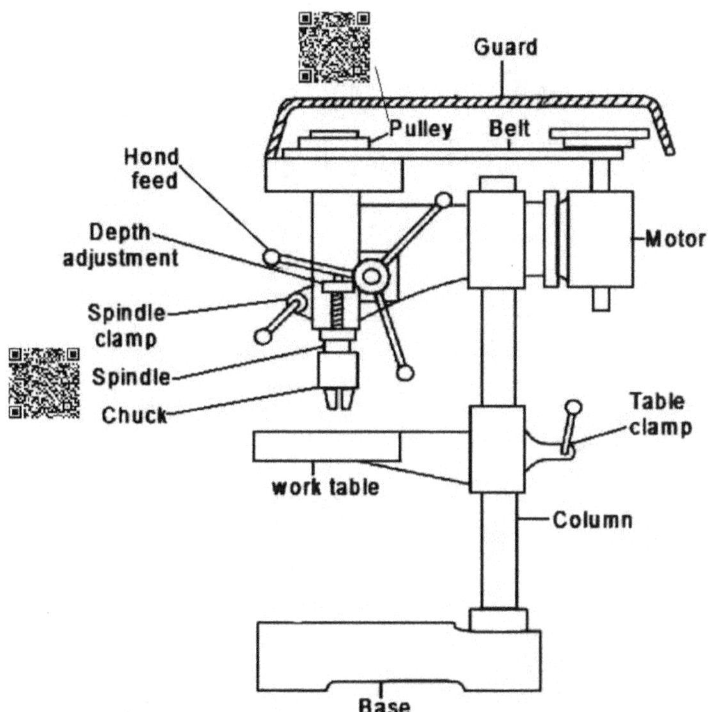

Piller Drilling Machine

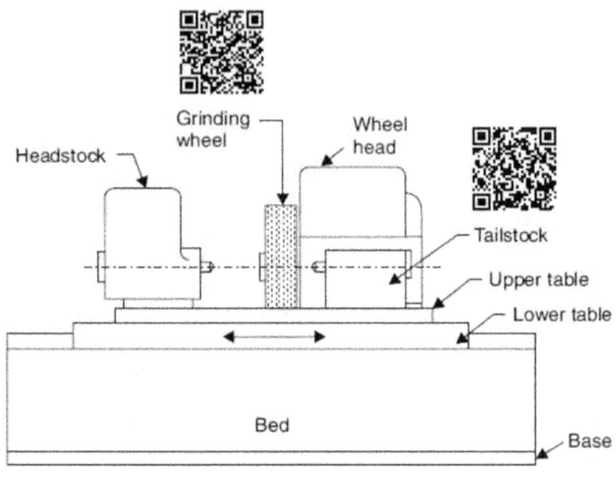

plain cylindrical grinder

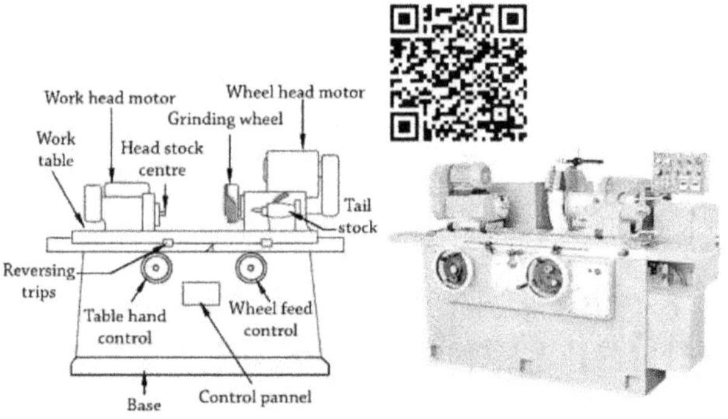

Cylindrical grinding machine

SURFACE GRINDER

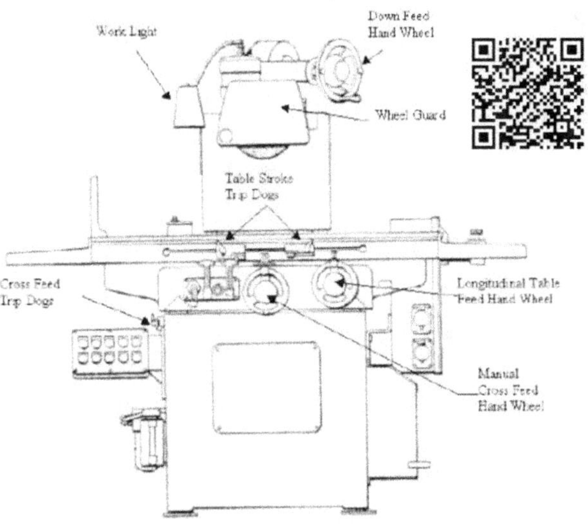

Surface grinding is used to produce a smooth finish on flat surfaces. It is a widely used abrasive machining process in which a spinning wheel covered in rough particles (grinding wheel) cuts

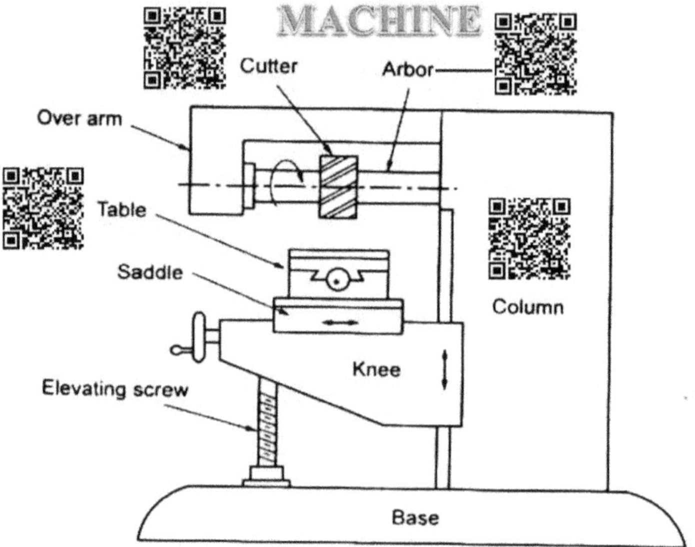
PLAIN OR HORIZONTAL MILLING MACHINE
Cutter
Arbor
Over arm
Table
Saddle
Column
Knee
Elevating screw
Base

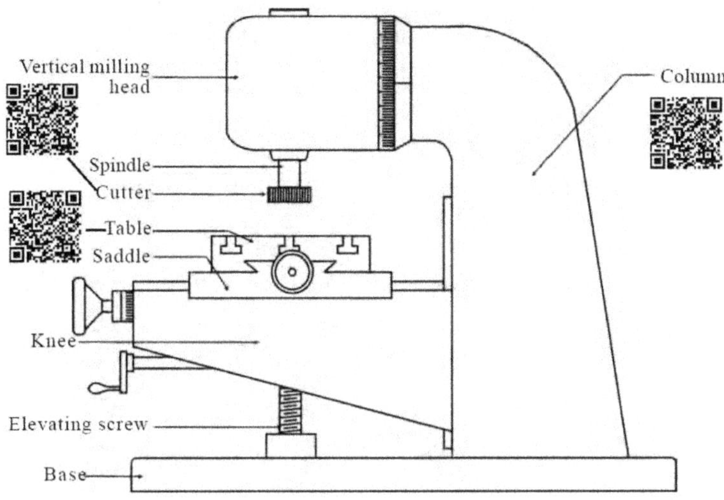

Vertical Milling Machine

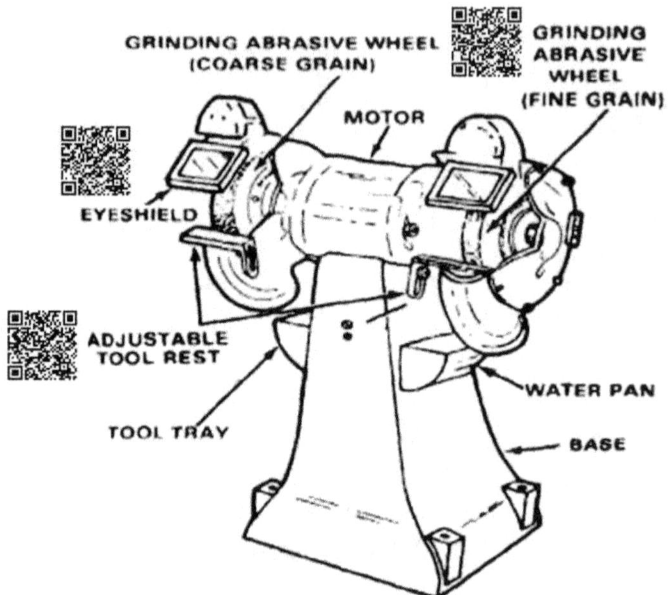

Pedastal Grinding Machine

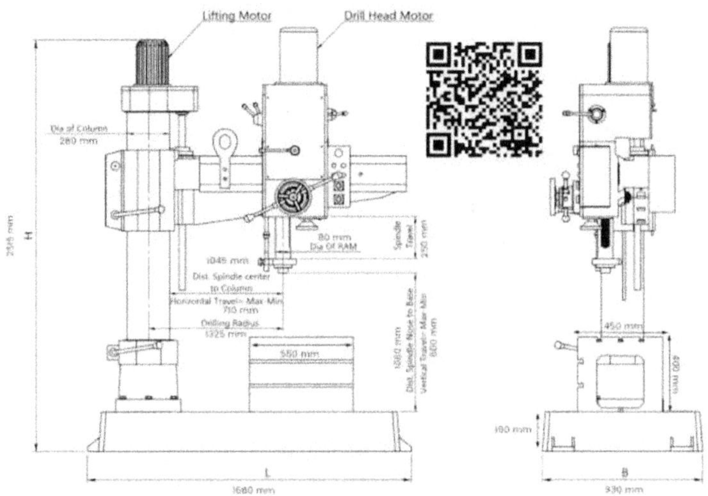

Radial Drilling Machine

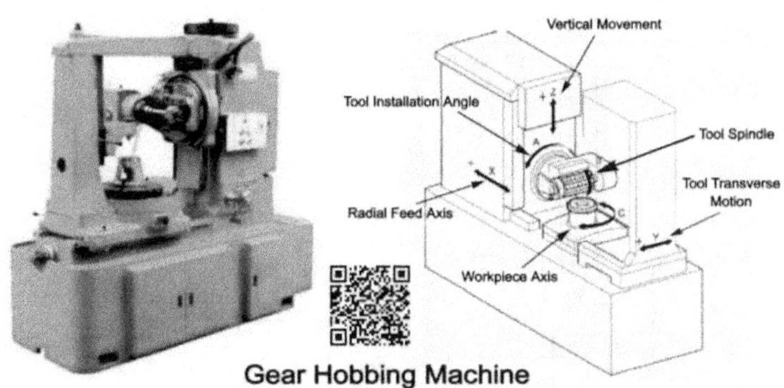

Gear Hobbing Machine

DOUBLE HOUSING PLANER

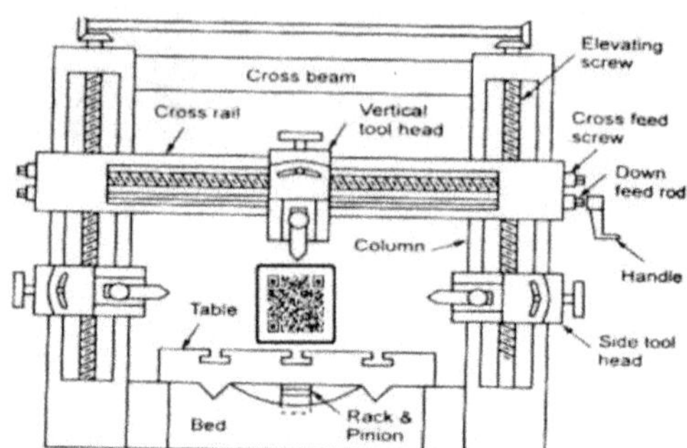

PIT PLANER

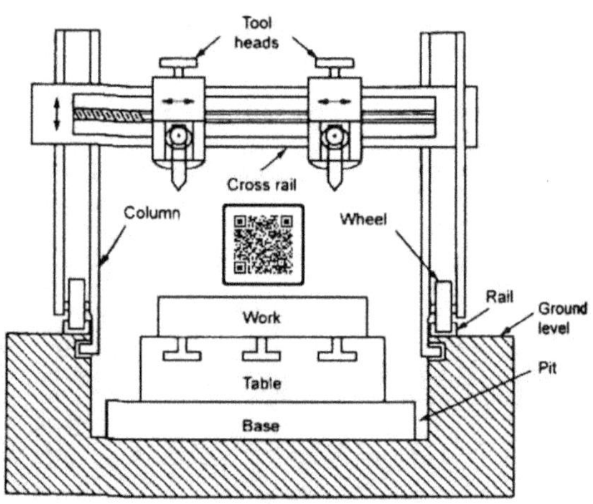

OPEN SIDE PLANER

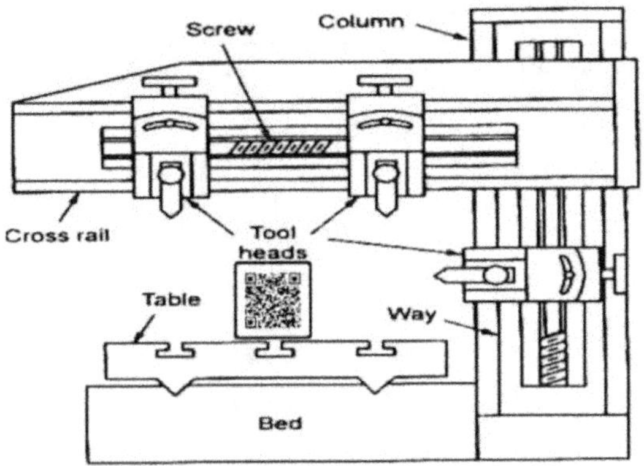

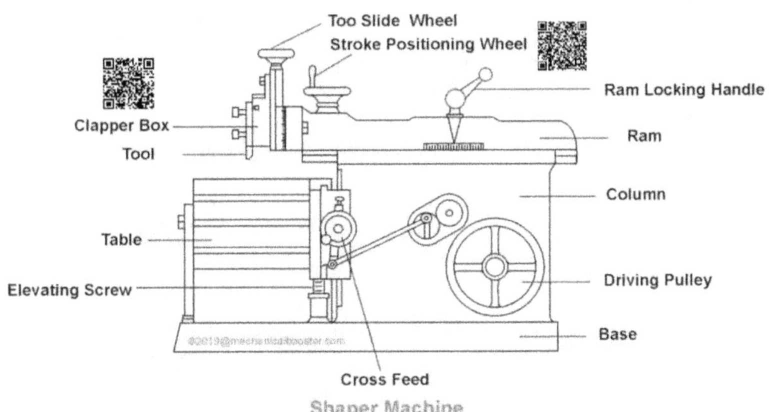

Shaper Machine

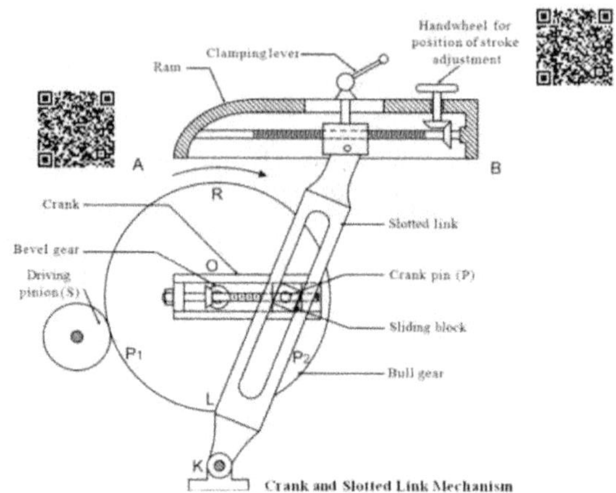

Quick Return Mechanism of Shaper Machine

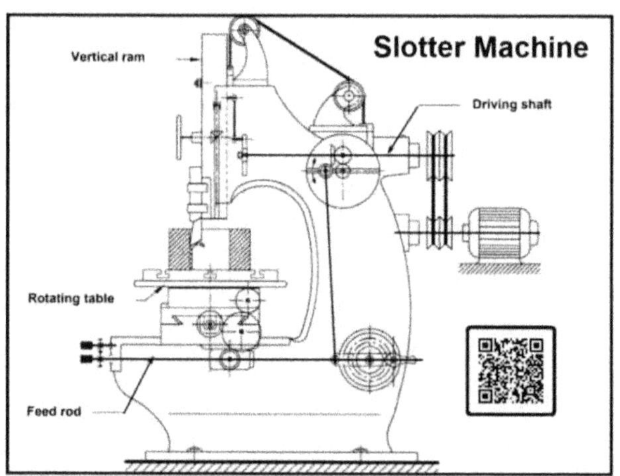

2

मशीनिस्ट प्रथम वर्ष मराठी MCQ

०१] जपानी भाषेत सेको म्हणजे -------------

अ] चमकणे

ब] क्रमवारी लावा

क] प्रमाणीकरण

ड] टिकवणे

02] SS प्रणालीचा फायदा ------ आहे.

अ] उत्पादकतेत वाढ

ब] गुणवत्तेत वाढ

क] वेळेचा अपव्यय कमी करणे

ड] हेसर्व

०३] सुरक्षा म्हणजे -----------

अ] कोणाचाही व्यवसाय नाही

ब] प्रत्येकशरीराचाव्यवसाय

क] काही शरीर व्यवसाय

ड] संस्थेचा व्यवसाय

०४] मूलभूत श्रेणींसाठी सुरक्षा चिन्हे उपलब्ध आहेत "निषेध" चिन्हाचा अर्थ ----

अ] दाखवतेकीतेकेलेजाऊनये

ब] काय केले पाहिजे ते दाखवते

क] धोक्याची किंवा धोक्याची चेतावणी देते

ड] सुरक्षा तरतुदीची माहिती देते

05] रक्तस्त्राव झाल्यास उपचार घ्या

डी] थंड 3" आणि विश्रांती

अ] थंडपाण्याचीफवारणीकरा

ब] लगेच मलमपट्टी -----]

ब] अपघात विचार उपचार बद्दल चौकशी

06] अपघात झाल्यास, पीडितेने आय.एम

अ] विश्रांती घेण्यास सांगितले

क] तात्काळहजरझाले

डी] त्याला सोडा

०७] जखमी किंवा आजारी व्यक्तीला प्राथमिक उपचार दिले जातात

अ] जीव वाचवा

ब] मफचा पुढील बिघाड टाळा

क] शक्य तितका आराम द्या

ड] हेसर्व

08] कचरा पेपर वेगळे करण्यासाठी डब्यांचा कलर कोड ----- आहे.

अ] निळारंग

ब] पिवळा रंग

क] लाल रंग

ड] हिरवा रंग

09] वर्कशॉप सुरक्षा कोणती आहे?

अ] दुकानातीलमजलास्वच्छआणिग्रीस. तेलकिंवाइतरनिसरड्यापदार्थांपासूनमुक्तठेवा

ब] वेग बदलण्यापूर्वी मशीन थांबवा

C] फटाके किंवा चिरलेली साधने वापरू नका

ड] धावणारे मशीन हाताने थांबवण्याचा प्रयत्न करू नका

10] पर्सनल प्रोटेक्ट इक्विपमेंट (PPE] मध्ये हेल्मेट वापरले जाते

अ] डोकेसंरक्षितकरा

ब] डोळ्यांचे रक्षण करा

क] हातांचे संरक्षण करा

ड] कानांचे रक्षण करा

11] खालीलपैकी कोणते सामान्य सुरक्षिततेशी संबंधित आहे?

A चांगल्या वृत्तीचा कार्यकर्ता ठेवा

ब] काम स्वच्छ आणि स्पष्ट

क] आपल्या कामावर लक्ष केंद्रित करा

ड] मजलाआणिगँगवेस्वच्छआणिस्वच्छठेवा

12] दळताना डोळ्यांच्या संरक्षणासाठी कोणता वापर केला जातो?

अ] गडद हिरवा काच

ब] मुखवटा

क] सूर्याचा चष्मा

ड] <u>सुरक्षागॉगल</u>

13] मशीनच्या सुरक्षिततेसाठी खालीलपैकी काय केले जाते?

अ] <u>मशीनसुरूकरण्यापूर्वीतेलाचीपातळीतपासा</u>

ब] पद्धतशीर पद्धतीने कामे करा

क] फरशी आणि गँगवे स्वच्छ आणि स्वच्छ ठेवा

ड] डाय आणि स्कार्फ वापरू नका

14] ln वैयक्तिक संरक्षण उपकरणे (PPE., 'स्लीव्हज' संरक्षित करण्यासाठी वापरली जातात ----------

चेहरा

ब] डोळे

क] कान

ड] <u>हात</u>

15] ABC म्हणजे --------------

अ] स्वयंचलित श्वास नियंत्रण

ब] स्वयंचलित रक्त नियंत्रण

C] <u>वायुमार्गश्वासअभिसरण</u>

ड] स्वयंचलित रक्त परिसंचरण

04] आग आणि अग्निशामक यंत्रे

16] "वर्ग ब" आग विझवण्यासाठी अग्निशामक यंत्राचे प्रकार वापरले जातात ....]

अ] <u>कोरडीशक्ती</u>

ब] कार्बन डायऑक्साइड

क] पाण्याचा जेट

ड] फोम प्रकार

fire extinguisher   Fire Extingusher

अग्निशामक ॲनिमेशन व्हिडिओ

17] सामान्य आग विझवण्यासाठी कोणत्या प्रकारचे अग्निशामक यंत्र वापरले जाते?

अ] पाण्याचेप्रकारविझविण्याचेयंत्र

ब] फोम प्रकार एक्टिंग्विशर

क] कोरडी रासायनिक पावडर एक्टिंग्विशर

D] कार्बन डायऑक्साइड (C02] एक्टिंग्विशर

हाताचीसाधनेआणिमोजमापसाधने

18] एक मायक्रोमीटर (U] समान आहे...

अ] 0.1 मि.मी

ब] ०.०१ मिमी

C] 0.001 मिमी

डी] 0.0001 मिमी

19] स्लॉटची रुंदी मोजण्यासाठी कॅलिपर म्हणजे...

अ] विषम पाय कॅलिपर

ब] बाहेरील कॅलिपर

C] जेनी कॅलिपर

ड] कॅलिपरच्याआत

calliper   precision instruments

20] विभाजकांचा आकार ---------- द्वारे निर्दिष्ट केला जातो.

अ] पायांची एकूण लांबी

ब] पूर्णपणे उघडल्यावर बिंदूंमधील अंतर

क] बिंदू नसलेल्या पायांची लांबी

D] पिव्होटआणिबिंदूमधीलअंतर

21] समांतर रेषा चिन्हांकित करण्यासाठी वापरलेले साधन आहे, डेटाम काठाच्या समांतर आहे -

अ] जेनीकॅलिपर

ब] विभाजक

क] बाहेरील कॉलीपर

ड] कॅलिपरच्या आत

22] खालीलपैकी कोणते एक अप्रत्यक्ष मोजण्याचे साधन आहे?

अ] बाहेरीलकॅलिपर

ब] व्हर्नियर कॅलिपर

क] पोलादी नियम

D] बाहेरील मायक्रोमीटर

23] पातळ नळ्या कापण्यासाठी, हॅकसॉ ब्लेडची सर्वात योग्य पिच आहे...

अ] 1.8 मिमी

ब] 1.4 मिमी

क] 1 मि.मी

ड] 0.8 मि.मी

hacksaw   Hacksaw Frame Blade

24] ठोस पितळ कापण्यासाठी, हॅकसॉ ब्लेडची सर्वात योग्य पिच आहे...

अ] 1.8 मिमी

ब] 1.4 मिमी

क] 1 मि.मी

ड] 0.8 मि.मी

25] काही स्ट्रोक नंतर एक नवीन हॅकसॉ ब्लेड मुळे सैल होते ...

अ] <u>ब्लेडचेताणणे</u>

ब] विंग-नट धागे जीर्ण होत आहेत

क] ब्लेडची चुकीची खेळपट्टी

ड] करवतीच्या संचाची अयोग्य निवड.

26] लहान व्यासाचे पाईप्स कापताना, नियमितपणे पाहणे आणि याची खात्री करणे उचित आहे ...

अ] कट वक्र रेषेच्या बाजूने आहे

ब] <u>अधिककरवतीचेदातआकुंचनपावलेआहेत</u>

क] काम जास्त तापलेले नाही

ड] हॅकसॉचे योग्य संतुलन राखले जाते

27] व्हाइस क्लॅम्प्सचा वापर केला जातो

अ] कठीण जबड्याचे रक्षण करा

ब] कामाचे तुकडे कडकपणे घट्ट करा

क] <u>तयारपृष्ठभागसंरक्षितकरा</u>

ड] जंगम जबडा दाखल होण्यास प्रतिबंध करा

28] चिन्हांकित करताना संदर्भ पृष्ठभाग प्रदान केला जातो ...

अ] पृष्ठभाग मापक

ब] वर्कपीस

क] कामाचे रेखाचित्र

D] <u>मार्किंगटेबलपृष्ठभाग</u>

29] अभियंत्याच्या वाइसचा आकार द्वारे निर्दिष्ट केला जातो

अ] जंगम जबड्याची लांबी

ब] <u>जबड्याचीरुंदी</u>

क] दुर्गुणाची उंची

ड] जबडा जास्तीत जास्त उघडणे

universal surface
gauge   Surface Gauge

30] सार्वत्रिक पृष्ठभाग गेजचा भाग जो डेटाम काठावर समांतर रेषा काढण्यास मदत करतो.

अ] रॉकर हात

ब] स्नग

क] बारीक समायोजन स्क्रू

ड] <u>मार्गदर्शकपिन</u>

31] स्क्राइबर बनलेले आहेत ...

अ] सौम्य पोलाद

ब] <u>उच्चकार्बनस्टील</u>

क] पितळ

ड] कास्ट लोह

32] हँडल फिक्स करण्यासाठी वापरल्या जाणार्‍या हातोड्याचा भाग आहे

चेहरा

ब] पेन

क] गाल

ड] <u>डोळाछिद्र</u>

hammer   Hammers

33] चिन्हांकित करण्याच्या हेतूसाठी हातोड्याचे वजन आहे

अ] <u>250 ग्रॅम</u>

ब] 500 ग्रॅम

क] १ किग्रॅ

ड] 2 किग्रॅ

34] विभाजकांचा आकार द्वारे निर्दिष्ट केला जातो

अ] पायांची एकूण लांबी

ब] पूर्णपणे उघडल्यावर बिंदूमधील अंतर

क] बिंदूशिवाय पायांची लांबी

D] <u>पिव्होटआणिबिंदूमधीलअंतर</u>

35] 'V' ब्लॉकच्या खोबणीचा समाविष्ट केलेला कोन नेहमीच असतो....

अ] ४५०

ब] ६००

क] ९००

ड] <u>120०</u>

36] 'V' ब्लॉक्सच्या ग्रेडमध्ये उपलब्ध आहेत...

अ] <u>अ आणि ब</u>

ब] अ, ब आणि क

क] १,२ आणि ३

ड] १ आणि २

V' block 1   V Block

37] 'B' ग्रेडचे 'V' ब्लॉक बनलेले आहेत

अ] <u>कास्टलोह</u>

ब] सौम्य पोलाद

क] पोलाद

ड] कास्ट स्टील

38] केंद्र शोधण्यासाठी वापरलेल्या पंचाचे नाव सांगा

अ] प्रिक पंच ३०°

ब] प्रिक पंच ६०°

क] <u>केंद्रपंच</u>

ड] डॉट पंच

39] केंद्र पंचाचा बिंदू कोन -------- आहे.

अ] ३०°

ब] ५०°

<u>c] 900</u>

ड] 1200

Centre punch 1   Punches

40] पंचांचा वापर --------- कोणत्याही आकाराचा बनवण्यासाठी केला जातो
अ] छिद्र
ब] खाण
C] Knurling
ड] रीमिंग

41] साधारणपणे वाइसच्या हँडलची लांबी ---------- असते.
अ] वाइसच्या सामान्य आकाराच्या 1.5 पट
ब] वाइसच्यासामान्यआकाराच्या 2.5 पट
क] वाइसच्या सामान्य आकाराच्या 3.5 पट
ड] वाइसच्या सामान्य आकाराच्या 4.5 पट

         bench vice   Bench Vice

42] बेंच वाइस स्पिंडल बनलेले आहे
अ] सौम्यपोलाद
ब] कास्ट लोह
क] साधन स्टील
ड] कांस्य

फाइल्सचेप्रकार

43] फाईल्सची उत्तलता मदत करते
अ] अवतल पृष्ठभाग फाइल करण्यासाठी
ब] बहिर्वक्र पृष्ठभाग फाइल करण्यासाठी
क] कामाच्याकडागोलाकारटाळण्यासाठी

D] दाब लागू झाल्यावर सरळ होणारी फाईल

files 1   Files

44] लाकूड, चामडे आणि इतर मऊ साहित्य भरण्यासाठी कोणती फाईल वापरली जाते?
]

अ] सिंगल कट फाइल

ब] डबल कट फाइल

c] रास्पकटफाइल

ड] वक्र कट फाइल

45] वापरलेली फाईल ------------ साठी वापरली जाते.

अ] कामाचा तुकडा साफ करणे

क] फाईलचे दात नूतनीकरण करणे

ब] फाईलचेदातसाफकरणे

ड] चिप्स साफ करणे

४६] फाइल कार्ड -------- यासाठी वापरले जाते.

अ] कामाचा तुकडा स्वच्छ करा

C] फाईलचे दात नूतनीकरण करा

ब] फाईलचेदातस्वच्छकरा

47] लेखकाचा बिंदू कोन ----------- आहे.

अ] ३०°

ब] ६०°

C] 5° ते 10°

D] 12° ते 15°

48] कास्ट आयरनला चिपकण्यासाठी कटिंग अँगल आहे...

अ] ३७.५०

ब] 55०

क] 60०

ड] 90०

49] छिन्नी सामग्रीमध्ये खोदेल जेव्हा...

अ] रेक कोन अधिक आहे

ब] क्लिअरन्स कोन खूप कमी आहे

क] झुकावकोनअधिकआहे

ड] झुकाव कोन खूप कमी आहे

५०] कटिंग एजला थोडासा बहिर्वक्रता दिला जातो...

अ] वक्र पृष्ठभाग कापून टाका

ब] टोकदार कोपरे कापून घ्या

क] टोकेखोदण्यासप्रतिबंधकरा

ड] वंगण आत येऊ द्या

ग्राइंडिगआणिग्राइंडिगव्हील

51] ॲल्युमिनिअम ऑक्साईड चाक पीसण्यासाठी वापरले जाते -----------

अ] कास्ट लोह

ब] सिमेंट कार्बाइड.

क] HSS'

ड] सिरॉमिक

52] टिप केलेल्या उपकरणाच्या ऑफहँड ग्राइंडिंगसाठी योग्य डायमंड व्हीलचा बंध आहे

अ] रेझिनोइड

ब] विट्रिफाइड

क] शेलॅक

ड] धातू

53] खालीलपैकी कोणते बंध सर्रास वापरले जातात?

अ] विट्रिफाइडबॉण्ड'

ब] रबर बंध

क] शेलॅक बाँड

ड] सिलिकेट बंध

54] रेझिनोइड .बॉन्डसाठी पारंपारिकपणे वापरले जाणारे चिन्ह ~~~~~~~~ आहे

अ] वि

ब] आर फ

क] बी

ड] इ

55] ग्राइंडिंग सराव मध्ये "ग्रेड ऑफ व्हील" या शब्दाचा संदर्भ ---------' आहे.

अ] वापरलेल्या अपघर्षकाची कडकपणा

ब] चाकाच्याबंधाचीताकद

C] चाक 0f समाप्त करा

ड] कामाच्या तुकड्यांची कडकपणा

56] चाके कापण्यासाठी कोणते बंधन वापरले जाते?

अ] रबर

ब] विट्रिफाइड

क] Resirjoid

ड] शेलॅक

57] ------पासून बनवलेली ग्राइंडिंग व्हील्स सर्वात सामान्य आहेत कारण त्याच्या मुक्त आणि थंड कटिंग क्रियेमुळे]

अ] ॲल्युमिनियमऑक्साईड

ब] सिलिकॉन ऑक्साईड

C] अमोनियम ऑक्साईड

डी] कार्बाइड]

bench

Grinding wheels 1   grinder-wheel

58] खालीलपैकी कोणता अपघर्षक धातू नसलेल्या वस्तू कापण्यासाठी चाके कापण्यासाठी वापरला जातो?

अ] ॲल्युमिनियम ऑक्साईड

ब] सिलिकॉनकार्बाइड

क] हिरा

ड] वरीलपैकी नाही

59] टंगस्टन कार्बाइड टूल इन्सर्ट पीसण्यासाठी कोणता अपघर्षक कण वापरला जातो?

अ] सिलिकॉनकार्बाइड

ब] ए|२०३

क] हिरा

ड] कोरंडम

60] खालीलपैकी कोणते नैसर्गिक अपघर्षक आहे?

अ] ॲल्युमिनियम ऑक्साईड

ब] सिलिकॉन

C] बोरॉन कार्बाइड

ड] कोरंडम

61] खालीलपैकी कोणते उत्पादित अपघर्षक आहे?

अ] कॉरंडम]

ब] क्वार्ट्ज

क] सिलिकॉन

ड] एमरी

62] स्टील फिटिंग पीसण्यासाठी कोणता अपघर्षक कण वापरला जातो?

अ] सिलिकॉन कार्बाइड

ब] अ‍ॅल्युमिनियमऑक्साईड

क] हिरा]

ड] बोरॉन ऑक्साईड

63] काँक्रीटचे दगड आणि गवंडी कापण्यासाठी चाकाच्या कोणत्या प्रकारचे अपघर्षक कट वापरावे?

अ] सिलिकॉन

ब] Al203

क] डायमंडग्रिट

ड] काच

64] ग्राइंडिंग व्हीलची कडकपणा ---------- द्वारे निर्धारित केली जाते.

अ] ग्राइंडिंगस्ट्रेसविरुद्धबॉण्डद्वारेकेलेलाप्रतिकार

ब] अपघर्षक धान्यांची कडकपणा

क] बंधनाची कडकपणा

ड] आत प्रवेश करण्याची क्षमता

65] ग्राइंडिंग व्हील सुरक्षितपणे अतिशय वेगाने चालवणे आवश्यक असते तेव्हा कोणता बंध वापरावा? "

अ] विट्रिफाइड

ब] शेलॅक

क] सिलिकेट

D] रेझिनोइड' आणिरबर

66] पृष्ठभाग ग्राइंडिंगमध्ये सामान्य उद्देशाच्या पृष्ठभागाच्या ग्राइंडिंगसाठी ग्राइंडिंग व्हीलच्या धान्य आकाराची योग्य श्रेणी काय आहे?

अ] 20 ते 36

ब] 46 ते 60

क] 80 ते 120

ड] 150 ते 300

67] भारतीय मानकांनुसार, धान्य '46'. «w] ----- च्या गटात येते.

अ] खडबडीत

ब] मध्यम

क] ठीक आहे

ड] खूप छान

68] ग्राइंडिंग व्हीलमध्ये वापरल्या जाणाऱ्या ॲब्रेसिव्हचा आकार सामान्यतः ----------
द्वारे निर्दिष्ट केला जातो.

अ] कडकपणा क्रमांक

ब] चाकाचा आकार

क] अपघर्षकाची मऊपणा किंवा कडकपणा

ड] जाळीक्रमांक

69] बेंच ग्राइंडरचा वापर केला जातो

अ] हेवी ड्युटी काम

ब] जड आणि हलके काम

C] हलकेकर्तव्यकार्य

ड] साबणाचे काम

70] बेंच ग्राइंडर अ. वर बसवलेले असतात

अ] पाया

ब] तक्ता]

क] व्हील गार्ड

ड] कन्व्हेयर

ड्रिलिंगआणिड्रिलचक

drilling　　　　　　　　drilling machine

71] टेपर शँक ड्रिल मशीनवर याद्वारे धरल्या जातात ...

अ] चक

ब] बाही

क] वाहून जाणे

ड] वाइस

72] ड्रिल चक ड्रिलिंग मशीनच्या स्पिंडलवर एका... द्वारे बसवले जातात.

अ] नर्ल्ड रिंग

ब] <u>आर्बर</u>

क] वाहून जाणे

ड] पिनियन आणि किल्ली

73] ड्रिल्सवर प्रदान केलेला मोर्स टेपर दरम्यान असतो

A] <u>MT 1 ते MT 5</u>

ब] MT 1 ते MT 4

C] MT 0 ते MT 5

D] MT 0 ते MT 4

74] ड्रिफ्टचा वापर यासाठी केला जातो...

अ] ड्रिल स्थान काढणे

ब] मशीन स्पिंडलवर चक फिक्स करणे

क] कामातून तुटलेली ड्रिल काढणे

ड] <u>मशीनस्पिंडलमधूनड्रिलकाढणे</u>

75] जेव्हा ड्रिलची टेपर शँक मशीनच्या स्पिंडलपेक्षा मोठी असते, तेव्हा ड्रिल ठेवण्याचे साधन म्हणजे...

अ] ड्रिल स्लीव्ह

ब] <u>टेपरसॉकेट</u>

क] ड्रिल ड्रिफ्ट

ड] चक आणि कि

76] ड्रिलिंग मशीनमध्ये सौम्य स्टील ड्रिल करण्यासाठी योग्य कटिंग फ्लुइड आहे...

अ] सिंथेटिक विद्रव्य तेल

ब] स्वच्छ तेल

क] डिस्टिल्ड वॉटर

ड] <u>विद्राव्यतेल</u>

77] रेडियल ड्रिलिंग मशीनचे एक विशेष वैशिष्ट्य आहे

A] हे HSS] ड्रिलसह ड्रिलिंगसाठी वापरले जाऊ शकते

ब] टेबल कोणत्याही स्थितीत हलवले आणि सेट केले जाऊ शकते

क] वेगाची विविधता उपलब्ध आहे

ड] <u>स्पिंडलकोणत्याहीस्थितीतआणलेजाऊशकते</u>

78] ड्रिलचा बिंदू कोन यावर अवलंबून असतो

अ] ड्रिलचा आकार

ब] यंत्राचा प्रकार

क] <u>कामाचेसाहित्य</u>

D] ड्रिलचा RPM

79] प्रमाणित ड्रिलसाठी बिंदू कोन आहे

अ] 60∘

ब] 108∘

क] <u>118∘</u>

ड] 135∘

80] हेलिकल कोन निर्धारित करते

अ] कटिंग अँगल

ब] कोन चघळणे

क] <u>रेककोन</u>

ड] ओठांचा कोन

81] ड्रिलचा क्लिअरन्स अँगल दरम्यान आहे

अ] 3∘ ते 5∘

ब] <u>8∘ ते 12∘</u>

क] 12∘ ते 20∘

ड] 15∘ ते 20∘

82] दुर्गम ठिकाणी (वीज उपलब्ध नाही) एक रेल्वे ट्रॅक ड्रिल केला जाणार आहे] योग्य ड्रिलिंग मशीन निवडा

अ] रेडियल ड्रिलिंग मशीन

ब] पिलर ड्रिलिंग मशीन

क] <u>रॅचेटड्रिलिंगमशीन</u>

ड] संवेदनशील ड्रिलिंग मशीन

83] कॅबिनेट बनवण्यासाठी सुतार वापरत असलेले ड्रिलिंग मशीन म्हणजे अ

अ] रॅचेट ड्रिलिंग मशीन

ब] रेडियल ड्रिलिंग मशीन

क] <u>स्तनड्रिलिंगमशीन</u>

ड] संवेदनशील ड्रिलिंग मशीन

84] वीज उपलब्ध नसलेल्या ठिकाणी छिद्र पाडण्यासाठी खालीलपैकी कोणते ड्रिलिंग मशीन वापरले जाते?

अ] बेंच ड्रिलिंग मशीन

ब] पिलर ड्रिलिंग मशीन

क] ड्रिलिंग मशीन पुन्हा डायल करा

ड] <u>रॅचेटड्रिलिंगमशीन</u>

85] खालीलपैकी कोणते ड्रिलिंग मशीन हेवी ड्युटी कामासाठी वापरले जाते?

अ] बेंच ड्रिलिंग मशीन

ब] पिलर ड्रिलिंग मशीन

क] रेडियलड्रिलिंगमशीन

ड] इलेक्ट्रिक हँड ड्रिलिंग मशीन

86] ड्रिल चक मशीनच्या स्पिंडलवर ------ च्या माध्यमातून धरले जातात.

अ] आर्बर

ब] वाहून जाणे

क] ड्रॉ-इन बार

ड] चक नट

87] संवेदनशील बेंच ड्रिलिंग मशीनमध्ये ---- द्वारे भिन्न वेग प्राप्त केले जातात.

अ] बेल्टपुलीयंत्रणा

ब] हायड्रोलिक यंत्रणा

क] रॅक आणि पिनियन यंत्रणा

ड] कॅम आणि अनुयायी यंत्रणा

<u>टॅपकराआणिमरणार</u>

88] M10 x 15 साठी टॅपिंग ड्रिलचा आकार ---------- आहे

अ] ८.२

ब] ८.३

क] ८.४

ड] ८.५

89] M10XI.S च्या स्क्रूसाठी नट बनवायचे आहे] ड्रिल केलेल्या छिद्राचा आकार किती असावा?

अ] 8-5 मिमी

ब] 9.0 मिमी

क] 9.5 मिमी

ड] 10.0 मिमी

90] टॅप पीसून पुन्हा तीक्ष्ण केले जातात

अ] बासरी

ब] धागे

क] व्यास

ड] आराम

91] रुंदीचा एमएस टॅप टेप करण्यासाठी कोणत्या आकाराचे ड्रिल वापरले जाते?

अ] 4.5 मिमी

ब] 4.0 मिमी

C] 0.38 मिमी

ड] 0.35 मिमी

92] हाताने धागा चालवण्यासाठी खालीलपैकी कोणता वापरला जातो?

एकनळ

ब] थ्रेडिंग साधन

क] थ्रेडिंग चेझर

ड] टिपलेले साधन

tap and die   Tap Die

93] हँड टॅपिंग ऑपरेशनमध्ये, वापरलेल्या नळांची संख्या ----

अ] २

ब] ३

क] ४

ड] 5

94] छिद्रात 100% टॅप मिळविण्यासाठी छिद्राचा आकार ---- समान असणे आवश्यक आहे.

अ] नळाचाकिरकोळव्यास

ब] नळाचा मध्यवर्ती व्यास

क] टॅपचा मुख्य व्यास

ड] यापैकी नाही

95] एक मृत्यू ज्यामध्ये एका स्ट्रोकमध्ये एकापेक्षा जास्त कटिंग ऑपरेशन्स तयार होतात

अ] छेदून मरणे

ब] पुरोगामी मरतात

C] कॉम्बिनेशन डाय

ड] कंपाऊंड मरणे

96] एक डाय ज्यामध्ये प्रत्येक स्ट्रोकमध्ये कटिंग आणि नॉन कटिंग ऑपरेशन्स केल्या जातात.

अ] छेदून मरणे

ब] पुरोगामी मरतात

क] <u>संयोजन मरतात</u>

ड] कंपाऊंड मरणे

97] एक मृत्यू ज्यामध्ये दोन किंवा अधिक अनुक्रमिक ऑपरेशन्स कामावर दोन किंवा अधिक स्टेशनवर केल्या जातात.

अ] छेदून मरणे

ब] <u>पुरोगामी मरतात</u>

क] संयोजन मरतात

ड] कंपाऊंड मरणे

98] एक डाय ज्यामध्ये पंच आणि डायचे आकार कमी किंवा कोणत्याही धातूच्या प्रवाहासह थेट धातूमध्ये पुनरुत्पादित केले जातात.

अ] पुरोगामी मरतात

ब] संयोजन मरतात

क] कंपाऊंड मरतात

ड] <u>फॉर्मिंग मरणे</u>

99] कोणत्याही आकाराची छिद्रे तयार करण्यासाठी डाय वापरला जातो.

अ] <u>छेदून मरणे</u>

ब] पुरोगामी मरतात

क] संयोजन मरतात

ड] कंपाऊंड मरणे

100] आर्बर किंवा मॅन्ड्रेलसह वापरल्या जाणार्‍या अक्षीय छिद्रासह लहान रेमर म्हणतात -------

अ] समांतर रेमर

B] समायोज्य रिमर

क] विस्तार रीमर

ड] <u>चकिंगरिमर</u>

reamer 1   Reamers

101] खालीलपैकी कोणता मशीन रीमरचा वापर रीमर अक्ष आणि कार्य अक्ष यांच्यातील चुकीचे संरेखन दुरुस्त करण्यासाठी केला जातो?

अ] फ्लोटिंगब्लेडरिमर

ब] मशीन जिग रिमर]

क] शेल रिमर

ड] चकिंग रिमर

व्हर्नियरउंचीगेज

102] मेट्रिक प्रणालीमध्ये व्हर्नियर उंची गेजची सर्वात कमी गणना आहे

अ] ०.०५ मिमी

ब] 0.1 मिमी

C] 0.02 मिमी

ड] 0.001 मिमी

vernier height gauge 1   Vernier Height Gauge

103] ब्रिटीश प्रणालीमध्ये व्हर्नियर उंची गेजची सर्वात कमी गणना आहे

अ] ०.०५"

ब] ०.००१"

C] ०.००२"

डी] 1"

104] चिन्हांकित करण्याच्या हेतूंसाठी, वर व्हर्नियर उंची गेज वापरणे आवश्यक आहे

अ] यंत्र साधनाचा पलंग

ब] पृष्ठभागप्लेट

क] चौरस ब्लॉक

ड] कोणताही सपाट पृष्ठभाग

105] व्हर्नियर हाईट गेजचे वाचन a सारखेच असते

अ] व्हर्नियरकॅलिपर

ब] खोली मायक्रोमीटर

सी] डायल चाचणी निर्देशक

ड] गेज

106] व्हर्नियर हाईट गेजच्या तुळईवर सरकणारा भाग म्हणून ओळखला जातो

अ] आधार

ब] तुळई स्केल

क] लेखक

डी] व्हर्नियरस्लाइड

107] व्हर्नियर उंची गेजचा आकार द्वारे निर्दिष्ट केला जातो

अ] व्हर्नियर स्केलची उंची

ब] तुळईचीउंची

सी] तुळईची रुंदी

ड] पायाचा आकार

108] व्हर्नियर हाईट गेजचा पाया सामान्यतः यापासून बनविला जातो

अ] कास्ट लोह

B] स्टील

क] ऑल्युमिनियम मिश्र धातु

ड] टंगस्टन कार्बाइड

मर्यादाआणिफिट

109] BIS च्या मर्यादा आणि तंदुरुस्त प्रणालीमध्ये, सहिष्णुतेची श्रेणी संख्या चिन्हांद्वारे दर्शविली जाते आणि तेथे --------i आहेत

A] सहिष्णुतेचे 14 ग्रेड

ब] सहनशीलतेचे 16 ग्रेड

C] सहिष्णुतेचे 18 ग्रेड'

ड] सहिष्णुतेचे 20 ग्रेड

limit fit

limit fit tolarance 1

tolerance

•

110] उत्पादनाला गुणवत्ता असते असे म्हणतात

अ] त्याचा आकार आणि परिमाणे मर्यादेत आहेत

ब] तेवापरण्यासयोग्यआहे

क] ते खूप चांगले असल्याचे दिसून येते

ड] साहित्याची निवड योग्य आहे

111] होल'30 +0..021, 0.000 आणि शाफ्ट 30 -0.110, 0.143 दरम्यान जास्तीत जास्त क्लिअरन्स आवश्यक आहे.

अ] 0.110 मिमी'

B.0.131 मिमी

C] 0.164 मिमी

ड] 0.143 मिमी

112] रेखाचित्रात 25 .1002 मिमी असे परिमाण सांगितले आहे] सहिष्णुता काय आहे?

अ] +०.०२ मिमी'

ब] +0.04 मिमी

C] -0.02 मिमी

ड] 25.00 मिमी

113] एक पिन एका छिद्रात बसवली आहे] पिनचा सहनशीलता क्षेत्र छिद्रापेक्षा संपूर्णपणे वर आहे] मिळालेली फिट किती असेल?

अ] क्लिअरन्स फिट

ब] संक्रमण फिट

क] हस्तक्षेपफिट

ड] धावणे फिट

114] भाग आकारास सहिष्णुता दिली जाते

अ] आवश्यकअनुज्ञेयआकाराच्यात्रुटीमध्येभागाचेउत्पादनकरा

ब] उत्पादन वाढवा

क] उत्पादन कमी करा

ड] घटक अंदाजे पूर्ण करा

115] खालीलपैकी कोणते क्लीयरन्स संपूर्ण मूलभूत प्रणाली अंतर्गत योग्य आहे?

A] 20 H7/p6'

ब] 2067/211

C] ZOG/gll

D] 20H/g11

116] BIS प्रणालीनुसार फिटचे तीन वर्ग आहेत

अ] क्लिअरन्सफिट, इंटरफेरन्सफिटआणिट्रांझिशनफिट

ब] मध्यम फिट, पुश फिट आणि घट्ट फिट

क] फ्लॅट फिट, राउंड फिट आणि स्क्वेअर फिट

ड] 'स्लाइडिंग फिट', लूज फिट आणि संकोचन फिट

117] खालीलपैकी कोणते सहिष्णुता वैशिष्ट्य 20 मिमी पेक्षा कमाल आकारविरहित आहे?

अ] २० +०.२,-०.३

ब] २० ३२०.२

क] 20 -0.2, 0.3 ई

Dm 20 +500, ~03

118] कमाल आणि किमान मर्यादेतील फरक -------- आहे.

अ] एकच माहिती देणारा

ब] मूळ शाफ्ट

क] मंजुरी

ड] सहिष्णुता

119] एक शाफ्ट 55 झुडूप मध्ये मुक्तपणे चालणारा प्रकार --------- आहे.

अ] क्लिअरन्स फिट

ब] ड्रायव्हिंग प्लेट

क] संकोचनफिट

ड] वरीलपैकी काहीही नाही

vernier calliper 1   Vernier Caliper 1

120] व्हर्नियर कॅलिपरची सर्वात कमी गणना आहे (मुख्य स्केल = 49 विभाग, व्हर्नियर स्केल = 50 विभाग)

अ] 0.1 मिमी

ब] 0.01 मिमी

C] 0.001 मिमी

ड] <u>0.02 मिमी</u>

121] व्हर्नियर कॅलिपर वापरून केलेल्या मोजमापाचा प्रकार ------- आहे.

अ] थेट मोजमाप

ब] <u>अप्रत्यक्षमापन</u>

क] ९०“] (अ] ८१ (ब]

ड] यापैकी नाही

<u>मायक्रोमीटरच्याबाहेर</u>

122] मेट्रिक मायक्रोमीटरमध्ये, थिमल ऍडव्हान्सची संपूर्ण क्रांती -----------

अ] 0.01 मिमी

ब] 0.25 मिमी

C] <u>0.50 मिमी</u>

ड] 1.00 मि.मी

Out Side
micrometer   Micrometer

123] मायक्रोमीटरमधील रॅचेट स्टॉप ------------ मदत करते.

अ] <u>दाबनियंत्रितकरा</u>

ब] स्पिंडल लॉक करा

C] शून्य त्रुटी समायोजित करा

ड] कामाचा तुकडा धरा

124] 1000 मायक्रॉन म्हणजे ------------

अ] <u>1 मि.मी</u>

ब] १ मी

क] 1000 मिमी

ड] 10 सें.मी

125] मायक्रोमीटरच्या बाहेरील 50-75 मिमीचे शून्य वाचन किती आहे?

अ] 0.000 मिमी

ब] 0.01 मिमी

C] 25.00 मिमी

ड] <u>50.00 मिमी</u>

126] मायक्रोमीटरच्या बाहेरील मेट्रिकच्या स्लीव्हवरील सर्वात लहान भागाचे मूल्य ----- आहे.

अ] <u>0.50 मिमी</u>

ब] 1.00 मिमी

क] 1.50 मिमी

ड] 2.00 मिमी

127] मायक्रोमीटरमधील रॅचेट स्टॉप --------- मदत करते.

अ] <u>दाबनियंत्रितकरा</u>

ब] स्पिंडल लॉक करा

C] शून्य त्रुटी समायोजित करा

ड] कामाचा तुकडा धरा

128} डायल टेस्ट इंडिकेटरचे उपयोग ----------

अ] समांतरता आणि सपाटपणासाठी समतल पृष्ठभाग तपासणे

ब] शाफ्ट आणि बार्सचा सरळपणा तपासण्यासाठी

क] छिद्र आणि शाफ्ट्सची एकाग्रता तपासण्यासाठी

ड] <u>वरीलसर्व</u>

129] डायल चाचणी निर्देशक दर्शवितात की मापन -------

अ] <u>विवर्धितलहानभिन्नताबिंदूद्वारेआकारआहे</u>

ब] वरच्या पायऱ्यांमधील फरक 5 मि.मी

क] घटकाचा वास्तविक आकार

ड] परिमाण थेट वाचन

130] मापन केलेल्या लहान भिन्नतेला मोठे करणारे साधनाचे नाव द्या]

अ] व्हर्नियर कॅलिपर

ब] मायक्रोमीटर

C] <u>डायलइंडिकेटर</u>

ड] पोलादी नियम

131] HSS] टूल्ससह अॅल्युमिनियमसाठी कटिंग गती आहे

अ.] ३० मी/मिनिट

ब.] ५० मी/मिनिट

C.] 70 मी/मिनिट

डी.] <u>130 मी/मिनिट</u>

132] HSS] टूलसह ब्राससाठी कटिंग गती आहे

A.] 10 मी/मिनिट

B.] 25 मी/मिनिट

C.] <u>70 मी/मिनिट</u>

डी.] 140 मी/मिनिट

133] M24 x 3 मिमी अंतर्गत धाग्यासाठी कटची खोली आहे

अ] <u>०.५४१२ x ३</u>

ब] ०.६१३४ x ३

क] ०.५ x ३

ड] ०.७ x ३

thread   screw threads

134] 24 x 3 मिमी अंतर्गत एक्मी थ्रेड्स कापण्यासाठी, जॉबचा मूळ व्यास आहे

अ] 20.00 मिमी

ब] 21.66 मिमी

C] 21.00 मिमी

ड] <u>20.60 मिमी</u>

135] मेट्रिक स्क्वेअर थ्रेडिंगसाठी कटची खोली आहे

अ] ०.६ x पी

ब] <u>०.५ x पी</u>

क] ०.५४१२ x पी

ड] ०.६४१२ x पी

136] बट्रेस धागा कापण्यासाठी, कटची खोली असते

अ] ०.५४१२ x पी

ब] <u>०.६ x पी</u>

क] ०.७ x पी

ड] ०.७५ x पी

<u>लेथचेप्रकार</u>

137] उत्पादनानुसार लेथचे किती प्रकार आहेत?

अ] दोन

ब] तीन

क] चार

ड] पाच

138] सेंटर लेथचे किती प्रकार आहेत?

अ] दोन

ब] तीन

क] चार

ड] पाच

139] उत्पादन लेथचे किती प्रकार आहेत?

अ] दोन

ब] तीन

क] चार

ड] पाच

140] रोलर लेथ कोणत्या प्रकारचे लेथ आहे?

अ] बेंच लेथ

ब] स्पेशललेथ

क] उत्पादन लेथ

ड] सेंटर लेथ

141] मोठ्या प्रमाणात उत्पादनासाठी कोणते मशीन वापरले जाते?

अ] सेंटर लेथ

ब] उत्पादनलेथ

क] स्पेशल लेथ

ड] इंजिन लेथ

lathe   lathe machine

142] अधिक अचूक कामासाठी कोणता लेथ वापरला जातो?

अ] सेंटर लेथ

ब] स्पेशल लेथ

क] उत्पादन लेथ

ड] टूलरूमलेथ

143] टूल रूम लेथची अचूकता कॉम्पीअर सेंटर लेथची आहे.]

(अ] कमी

(ब] अधिक

(क] खूप कमी

(ड .) समान

144] लोकोमोटिव्ह असेंबल व्हीलमध्ये एक्सेलसह लेथ चालू आहे

(अ] केंद्र खराद

(ब] टूल रूम लेथ

(क.) चाकाचा लेथ

(ड] गॅप बेड लेथ

145] कास्ट आयरनचा वापर मशीन बेड तयार करण्यासाठी केला जातो कारण -------

अ] तेअधिकसंकुचिततणावाचाप्रतिकारकरूशकते

ब] ते वजनाने जड असते

क] हा स्वस्त धातू आहे

ड] हा एक ठिसूळ धातू आहे

146] खालीलपैकी कोणते ऑपरेशन सेंटर लेथवर करता येत नाही?]

अ] वळणे

ब] धागा कापणे

क] गियरकटिंग

ड] बारीक टर्निंग

147] घन साधनाची कटिंग धार बनलेली असते

अ] कार्बनस्टील

ब] सौम्य पोलाद

C] सुपर हाय स्पीड स्टील

ड] स्टिलाइट

148] सिमेंट कार्बाइड थ्रेडिंग टूलची टीप आहे

A] brazed

ब] वेल्डेड

क] सोल्डर केलेले

ड] टांग्याला चिकटवले

149] टूल कामाच्या पृष्ठभागावर घासेल आणि कटिंग फोर्स वाढेल तेव्हा..

अ] क्लिअरन्स कोन अधिक आहे

ब] <u>मंजूरीपरीकमीआहे</u>

क] रेक कोन अधिक आहे

ड] रेकचा कोन कमी आहे

150] कापताना चिपची निर्मिती यावर आधारित असते...

अ] <u>उपकरणाचारेककोन</u>

B] साधनाचा क्लिअरन्स कोन

क] उपकरणाचा पाचर कोन

D] साधनाचा क्लिअरन्स आणि वेज अँगल

151] पुढील रेखांकनात, समोरचा क्लिअरन्स देवदूत कोणता?

अ] <u>फ्रंटक्लिअरन्सकोन</u>

ब] पाचर कोन

क] कटिंग कोन

ड] बॅक रेक कोन

tool angle

hand tools

152] कटिंग टूल जेव्हा त्याची क्रिया सुरू करते आणि या स्थानावर कटिंग फोर्स वाढतो तेव्हा टूलचा नंतरचा परिणाम..?

A] साधनाचा क्लिअरन्स कोन जास्त आहे

ब] <u>टूलचाक्लिअरन्सअँगलकमीआहे</u>

क] उपकरणाचा रेक कोन कमी आहे

ड] उपकरणाचा रेक कोन जास्त आहे

153] टूलसाठी रेक अँगलचा उद्देश काय आहे?

अ] <u>मानसिकचिप्ससाठीयोग्यदिशा</u>

ब] कामावर उत्तम फिनिशिंग

क] साधनाचे आयुष्य वाढवण्यासाठी

ड] नोकरी आणि साधन यांच्यातील घर्षण टाळण्यासाठी

154] कटिंग टूलसाठी क्लिअरन्स अँगल देण्याचा उद्देश काय आहे?

अ] मेटल कटिंग चिप्सच्या योग्य दिशेने

ब] कामाचा फटका बसल्यावर घर्षण कमी करा

C] <u>नोकरीच्याघर्षणाच्याऋषीसाठी</u>

डी] कामावर चांगले काम करण्यासाठी

155] कटिंग टूल्सने वरच्या मध्यभागी उंची निश्चित केली तर काय होईल?

अ] <u>शीर्षरेककोनवाढवा</u>

ब] कमी शीर्ष रेक कोन

C] टॉप रेक अँगलवर कोणताही परिणाम होत नाही

डी] क्लिअरन्स कोन वाढवा

156] कटिंग टूल सेटिंग मध्यभागी उंचीपेक्षा कमी केल्यास काय होईल?

अ] शीर्ष रेक कोन वाढवा

ब] <u>शीर्षरेककोनकमीकरा</u>

C] रेकवर कोणताही परिणाम होत नाही

ड] क्लिअरन्स कोन कमी करा

157] कटिंग टूल कामाच्या केंद्राला अस्वस्थ करत असेल तर?

अ] फ्रंट क्लीयरन्स कोन वाढवा

B] <u>समोरीलमंजुरीकोनकमीकरा</u>

C] समोरच्या मंजुरीच्या कोनावर कोणताही परिणाम होत नाही

ड] त्यापैकी एकही नाही

158] कटिंग टूल जर कामाच्या केंद्राची सेटिंग खाली असेल तर?

अ] <u>फ्रंटक्लीयरन्सकोनवाढलेलाआहे</u>

B] फ्रंट क्लीयरन्स कोन कमी आहे

C] क्लिअरन्स अँगलवर कोणताही प्रभाव नाही

ड] त्यापैकी एकही नाही

159] साधनासाठी शून्य रेक कोन द्या?

अ] साधनाचे घर्षण टाळण्यासाठी

ब] <u>साधनआयुर्मानवाढवण्यासाठी</u>

क] स्ट्रेट ऑफ टूल वाढवण्यासाठी

ड] कामावर चांगले काम करण्यासाठी

160] कार्बाइड टिप टूलसाठी हार्ड मटेरिअल चालू करण्यासाठी ...... आवश्यक आहे का?

अ] बाजूच्या रेकचा कोन

ब] शून्य रेक कोन

क] सकारात्मक रेक कोन

ड] <u>नकारात्मकरेककोन</u>

161] कटिंग टूलची कटिंग एज तुटत नाही का...?

अ] खाद्य वाढ

ब] कटिंगचा वेग कमी केला

क] नाकाची लांबी कमी होणे

D] <u>नकारात्मकरेकअँगलवापरा</u>

162] एका टूलमध्ये चिप ब्रेकर दिलेला आहे

अ] <u>'हे चिप्सचे लहान तुकडे करतात</u>

ब] लांब कट पासून चिप्स सतत प्रकार असणे

C] चिरलेल्या चिप्स असणे]

163] स्टेप प्रकार चिप ब्रेकर एक आहे

अ] ज्यामध्ये कटिंग काठाच्या मागे एक लहान खोबणी आहे

ब] <u>ज्यामध्ये कटिंग एजच्या बाजूने टूलच्या चेहऱ्यावर एक पायरी आहे</u>

C] ज्यामध्ये एक पातळ कार्बाइड प्लेट किंवा क्लॅम्प टूलच्या तोंडावर ब्रेझ केलेले किंवा स्क्रू केले जाते]

lathe chuck   Lathe Chuck

164] लेथ चक लावण्यासाठी

अ] हाताने सुरू करा आणि नंतर पॉवर चालू करा

ब] शक्तीने ते माउंट करा

क] <u>हातानेमाउंटकरा</u>

ड] हातोड्याच्या साहाय्याने तो बसवा

165] व्हर्नियर बेव्हल प्रोट्रॅक्टरची सर्वात कमी गणना आहे...

अ] १"

B] 5‘

क] 1॰

ड] 5॰

166] व्हर्नियर बेव्हल प्रोट्रॅक्टरचा भाग जो सामान्यतः कोन मोजण्यासाठी संदर्भ आधार म्हणून वापरला जातो ...

अ] ब्लेड

ब] साठा

क] डिस्क

क] मुख्य प्रमाण

vernier bevel
protractor 1

Vernier Bevel
Protractor

167] व्हर्नियर बेव्हल प्रोटेक्टरचा भाग ज्यावर मुख्य प्रमाणात विभाजने चिन्हांकित केली जातात ...

अ] साठा

ब] डायल करा

क] डिस्क

ड] समायोज्य ब्लेड

168] बेव्हल प्रोट्रॅक्टरचा भाग, जो मापन करताना कललेल्या पृष्ठभागाच्या संपर्कात येतो...

अ] ब्लेड

ब] साठा

क] डिस्क

ड] डायल

169] व्हर्नियर बेव्हल प्रोट्रॅक्टरच्या मुख्य स्केलच्या प्रत्येक विभागाचे मूल्य आहे...

अ] ५'

ब] 1॰

क] 5॰

D.10॰

170] बेव्हल प्रोट्रॅक्टरच्या व्हर्नियर स्केलच्या प्रत्येक विभागाचे मूल्य आहे...

अ] 1०

ब] 1०5'

C] 1०55'

D.5'

171] व्हर्नियर बेव्हल प्रोटॅक्टरचा भाग ज्यावर मुख्य स्केल विभाग चिन्हांकित केले जातात

एक स्टॉक

बी डायल

सी डिस्क

डी समायोज्य ब्लेड

172] व्हर्नियर बेव्हल प्रोट्रॅक्टर मोजण्यासाठी डिझाइन केलेले आहे?

अ] तीव्र कोन

ब] अस्पष्ट कोन

क] तीव्रआणिओबट्युजकोन

ड] लाइनर परिमाणे

173] व्हर्नियर बेव्हल प्रोट्रेक्टरमध्ये किमान 5 मोजण्यासाठी 23° मुख्य स्केल -.. मध्ये विभागले जातात.

अ] व्हर्नियरस्केलवर 12 समानभाग

ब] व्हर्नियर स्केलवर 22 समान भाग

सी] व्हर्नियर स्केलवर 24 समान भाग

डी] व्हर्नियर स्केलवर 25 समान भाग

174] सॉकेट स्क्रू हेड सामावून घेण्यासाठी छिद्राचा शेवट मोठा करण्याची प्रक्रिया आहे...

अ] रीमिंग

ब] स्पॉट फेसिंग

क] काउंटरकंटाळवाणे

ड] काउंटर बुडणे

175.दिलेल्या व्यासाला कंटाळवाणे करण्यासाठी कंटाळवाणे साधन निवडताना, निवडा

अ] एक लांब साधन

ब] एक लहान साधन

क] एक लांब आणि कडक साधन

ड] एकलहानआणिकडकसाधन

176] कंटाळवाणा साधनाची कटिंग धार एका लहान छिद्रासाठी सेट केली पाहिजे जेणेकरून ते

अ] केंद्रापासून ०.५ मि.मी

ब] केंद्राच्या खाली 0.5 मि.मी

क] मध्यभागी 1 मि.मी

D] अचूकमध्यभागी

177] कंटाळलेल्या छिद्रांचा वापर करून चामफेर करणे आवश्यक आहे

अ] एक ड्रिल

ब] त्रिकोणी स्क्रॅपर

क] विक्षिप्तकंटाळवाणेसाधन

ड] एक फ्लॅट फाइल

178] खोल छिद्र पाडण्यासाठी वापरले जाणारे साधन म्हणजे a

अ] बाही

ब] कवायत

क] कंटाळवाणा बार

ड] औगरबिट

179] खडबडीत कंटाळवाणा साठी कटिंग गती आहे

अ] उग्रवळणसारखे

ब] ड्रिलिंग सारखेच

क] knurling समान

D] धागा कापण्यासारखेच

180] Knurling ऑपरेशन येथे केले जाते

अ] टर्निंग स्पिंडल वेग

ब] उच्च स्पिंडल गती

C] टर्निंगस्पिंडलगतीचा 1/3

D] टर्निंग स्पिंडल गतीचा 1/2

181] Knurling चे ऑपरेशन आहे

अ] कातरणे

ब] निर्मिती

क] वळणे

ड] दाबणे

182] मोर्स टेपरचे टेपर रेशो आहे

अ] 10 मध्ये 1

ब] 15 मध्ये 1

क] 20 मध्ये 1

ड] 25 मध्ये 1

183] मोर्स मानक टेपर मध्ये उपलब्ध आहे

अ] 16 क्र

ब] १२ क्र

क] 10 क्र

ड] 8 क्र

184] टेलस्टॉक पद्धत ऑफसेट करून टेपर टर्निंग उत्पादन करू शकते

अ] अंतर्गत टेपर

ब] अंतर्गत टेपर धागा

C] एकबाह्यटेपर

डी] बाह्य आणि अंतर्गत दोन्ही टेपर्स

taper turning attachment

Taper Turning Attachment

185] टेपर टर्निंग अटॅचमेंट वापरून, टेपर्स वळवता येतात.

अ] 10°

ब] 15°

क] 20°

ड] 30°

186] टेपरची अचूकता सामान्यतः याद्वारे तपासली जाते.

अ] टेपरगेज

ब] गेज ब्लॉक्स

C] इंडिकेटर आणि उंची गेज

D] 'V' ब्लॉक

187] कंपाऊंड रेस्ट पध्दतीने टॅपर्स वळवणे यात पूर्णपणे काम करणे समाविष्ट आहे

अ] दशांश मोजमाप

ब] अपूर्णांक मोजमाप

सी] मेट्रिक मोजमाप

ड] कोनीयमाप]

188] लांब टेपर तयार केले जातात

अ] बारीक टर्निंग संलग्नक सह

B] कंपाऊंड स्लाइडसह

सी] शेपूटस्टॉकप्रतीसेटकरून

डी] क्रॉस स्लाइड समायोजित करून]

189] वळलेल्या टेपर्सची लांबी तपासली जाते

अ] व्हर्नियर कॅलिपर

ब] मायक्रोमीटर

क] आत कॉलपर

D] डायल टेस्ट इंडिकेटर]

190] com] पाउंड स्लाइड वापरून टेपर टर्निंगचे तोटे आहेत

अ] फक्त लांब टेपर फिरवता येतात

ब] फक्त खूप मोठे टेपर वळवले जाऊ शकतात

C] फीडमध्ये फक्त मॅन्युअल शक्य आहे

D] कंपाऊंड स्लाइडच्या निर्बंधांमुळे फक्त लहान टेपर्स चालू करता येतात]

191] बाह्य टेपर्ससह तपासले जातात

अ] मर्यादा प्लग गेज

ब] टेपर रिंग गेज

C .टेपर प्लग गेज

ड] थ्रेड प्लग गेज]

192] लेथ चालू केलेल्या टेपरचा वापर म्हणजे ----

A] एकत्र केलेल्या भागांमध्ये ड्राइव्ह प्रसारित करण्यास मदत करा

ब] भाग एकत्र करण्यासाठी आणि वेगळे करण्यासाठी वापरले जाते

क] एकत्र केलेल्या भागांमध्ये स्वतः चे संरेखन द्या

193] लहान लांबीच्या टेपरच्या उत्पादनाच्या मोठ्या प्रमाणात उत्पादनासाठी कोणत्या पद्धतीचा वापर केला जातो?

अ] फॉर्मटूल

B] कंपाऊंड स्लाइड

क] टेलस्टॉक ऑफसेट.

ड] टेपर टर्निंग संलग्नक

194] मोर्स स्टँडर्ड टेपर हे आंतरराष्ट्रीय स्तरावर स्वीकृत मानक टेपरपैकी एक आहे, जे ---------- वरून उपलब्ध आहे.

A.1 ते 7

B.1 ते 8

क] 0ते 7

ड] 0 ते 8

195] स्टीप टेपर कापण्यासाठी कोणती टेपर टर्निंग पद्धत वापरली जाते?

अ] सेट ओव्हर पद्धत

ब] टेपर टर्निंग संलग्नक

क] फॉर्म टूल

ड] कंपाऊंडविश्रांतीफिरवणे

196] मोर्स टेपर खालीलपैकी कोणत्या मशीनच्या घटकांमध्ये वापरला जातो -...

अ] लेथचे स्पिंडल्स

ब] ड्रिल मशीनचे स्पिंडल्स

क] रीमरच्या शेंड्या

ड] हेसर्व

197] टेपरच्या मोठ्या प्रमाणात उत्पादनासाठी खालीलपैकी कोणती पद्धत वापरली जाते]

अ] टेलस्टॉक ऑफसेट पद्धत

ब] टेपर टर्निंग संलग्नक पद्धत

क] फॉर्मखूपपद्धत

ड] कंपाऊंड स्लाइड पद्धत

198] टेपरचा प्रमुख व्यास 40 मिमी आहे, किरकोळ व्यास 30 मिमी आहे] कामाची एकूण लांबी 100 मिमी आहे आणि नंतर ऑफसेट द्वारे दिले जाते -

अ] 5 मि.मी

ब] 7.5 मिमी

क] 12 मिमी

ड] 9 मि.मी

साइन बार

sine bar 1   Sine Bar

199] साइन बार बनलेला आहे

अ] उच्च कार्बन स्टील

ब] हाय स्पीड स्टील

क] निकेल स्टील

डी] स्थिर क्रोमियम स्टील]

200] साठी साइन बार वापरला जातो

अ] ड्रिलिंगसाठी काम समतल करणे

ब] टेपर जॉबचा कोन शोधणे

क] छिद्रांचा व्यास मोजणे

डी] धाग्याचे प्रोफाइल तपासत आहे]

201] साइन बारची लांबी हे दरम्यानचे अंतर आहे

अ] साइन बारच्या एका टोकापासून दुसऱ्या टोकापर्यंत

ब] साइन बारची कर्णरेषा क्रॉस लांबी

C] रोलर्स दरम्यान मध्यभागी मध्यभागी

ड] रोलर्सच्या दरम्यान बाहेरून बाहेरून]

202] साइन बारचा आकार त्याच्याद्वारे निर्दिष्ट केला जातो

अ] वजन

ब] रुंदीचे मोजमाप

क] लांबी

डी] सेटिंगचा कमाल कोन]

203.साइन बारच्या एका टोकाला स्टॉपर प्रदान करण्याचा उद्देश आहे

अ] सुलभ हाताळणी

ब] काम घसरण्यापासून रोखणे]

C] स्लिप गेजला आधार देणे

डी] सेटिंग करताना संदर्भ म्हणून वापरणे]

204] एक साइन बार त्याच्या शरीरावर चार किंवा पाच समान अंतराच्या छिद्रांसह बनविला जातो] या छिद्रांचा उद्देश आहे

अ] साइनबारसहजहाताळा

ब] सिन बारचे वजन कमी करा

C] साइन बारच्या वरच्या पृष्ठभागाच्या विकृतीला प्रतिबंध करा

ड] साइन बारला चांगले स्वरूप द्या

205] साठी साइन बार वापरला जातो

अ] छिद्रांचा व्यास मोजणे '

ब] टेपरजॉबचाकोनशोधणे

क] ड्रिलिंगसाठी काम समतल करणे

ड] थ्रेडचे प्रोफाइल चक्किंग

206] साइन बार वापरून कोन मोजण्यासाठी स्लिप गेजची उंची आणि

अ] साइनबारचीउंची

ब] नंबर स्लिप गेज

क] साइन बारची लांबी

D] साइन बारची रुंदी

207] ----------- 1 च्या अचूकतेमध्ये कोन तपासण्यासाठी वापरला जातो

अ] गेज

ब] साइनबार

क] मंदिर

ड] दुर्बिणीसंबंधीचा गेज

208] संपर्क रोलर्सची मध्यवर्ती रेषा आणि साइन बार असल्यास डेटाम पृष्ठभाग

अ] समान ओळ '''

ब] समांतर

क] कललेला

ड] लंब

209] साइन बार बनलेला आहे.

अ] उच्च कार्बन स्टील

ब] स्थिरक्रोमियमस्टील'

क] हाय स्पीड स्टील

ड] Nicked स्टील

210] वर्क पीसचा कोन अचूकपणे तपासण्यासाठी l=200 मिमी लांबीचा साइन बार वापरला जातो] तपासायचा कोन: 250 स्लिप गेजची उंची 'h' काढा?

अ] 84.54 मिमी

ब] 83.52 मिमी

क] 81.81 मिमी

ड] 85.52 मिमी

211] खालीलपैकी कोणते विधान बरोबर आहे?'

अ] आकारतपासण्यासाठीगेजवापरलेजातात

B] आकार चक करण्यासाठी टेम्पलेट वापरले जातात

क] आकार मोजण्यासाठी गेज वापरतात

D] घटकाचा आकार तपासण्यासाठी गेज वापरतात

212] विभागात कोणत्या मानक तापमानावर गेज ठेवले जातात?

अ] 100 क

ब] 20° से

क] 100 फॅ

ड] 20° फॅ

213] कार्यशाळेत सामान्यतः स्लिप गेजचा कोणता ग्रेड वापरला जातो?

A] ग्रेड 0

ब] ग्रेड एल

क] ग्रेड एच

ड] ग्रेड 0

स्लिपगेज

214] भारतीय मानकांनुसार एक विशेष सेट गेज वापरला जातो

अ] 81 तुकडे

ब] 112 तुकडे

क] 120 तुकडे

ड] 130 तुकडे

slip gauge 1   Slip Gauge

215] संदर्भ गेजची अचूकता आहे

अ] ०.०५ मिमी

B] 0.01 मिमी

क] ०.००१]

ड] 0.0001 मिमी

216] स्लिप गेज वर मुंग्या बुरचे केस, ते काढून टाकले पाहिजे

अ] भरणे

ब] लॅपिंग

क] खरवडणे

ड] दळणे

217] स्लिप गेजची कठोरता असावी?

A] 63 HRC पेक्षाजास्त

ब] 58 HRC

C] 55 HRC

ड] 50 HRC

२१८.-------------- ०.०१ मिमीच्या अचूकतेमध्ये घटक तपासण्यासाठी स्लिप गेजचा वापर केला जातो.

अ] कार्यशाळेचेगेज

ब] तपासणी मापक

क] संदर्भ गेज

ड] रिंग गेज

219., ------------ अचूक साधनाची अचूकता तपासण्यासाठी वापरले जाते]

अ] गेजब्लॉक

ब] फॅडर गेज

क] साइन बार

ड] प्लग गेज

220] अचूकता सुनिश्चित करण्यासाठी वापरण्यापूर्वी स्लिप गेज साफ केले जातात] यासाठी तुम्ही कोणते माध्यम वापराल.

अ] तेल

ब] पातळ

C] कार्बनटेट्राक्लोराईड / पांढरेपेट्रोल

ड] टर्पेन्टाइन तेल

221 .समान घटकांची मितीय अचूकता तपासण्यासाठी, डायल टेस्ट इंडिकेटर सेट केला जातो-टी 6 आकारासाठी आणि तुलनाकर्ता म्हणून वापरला जातो] डायल टेस्ट इंडिकेटर सेट करण्यासाठी तुम्ही काय वापराल?

A] डायल टेस्ट इंडिकेटर

ब] टीटर गेज

क] स्लिपगेज

डी., पृष्ठभाग गेज

222] साइन बारबद्दल खालीलपैकी कोणते विधान बरोबर नाही?

अ] दोन्ही बाजूला ठेवलेले टो प्रिसिजन रोलर्स वापरतात

ब] क्रोमियम स्टीलचे बनलेले

क] पृष्ठभाग लॅप केलेला आहे

D] छिद्रांचीमध्यरेषावरच्यापृष्ठभागाकडेझुकलेलीअसेल

223] स्लिप गेज म्हणजे -----------

अ] आयताकृतीब्लॉक

ब] चौरस ब्लॉक

क] घन ब्लॉक

ड] दंडगोलाकार ब्लॉक

224] स्लिप गेजच्या चौथ्या मालिकेत, 46 तुकड्यांमध्ये खालीलपैकी कोणती श्रेणी बरोबर आहे

अ] 1.0 ते 9.0 मि.मी.

ब] 1.001 101.009 मिमी

क] 1.01 ते 1.09 मि.मी

D.‘1.1’to_-1.9mm

225] स्लिप गेजच्या 5व्या मालिकेत, 46 तुकड्यांमध्ये खालीलपैकी कोणती श्रेणी बरोबर आहे –

अ] 100 ते 100 मि.मी.’

ब] 1.001 ते 1.009 मिमी

C] 1.01 ते 0.09mrn

ड] 11 ते 9 मि.मी

226] स्लिप गेजच्या 2NDS SERIES मध्ये, 45 तुकड्यांच्या सेटमध्ये खालीलपैकी कोणती श्रेणी योग्य आहे-

अ] 1.0 ते 9.0 मि.मी

ब] 1.001 ते 1] 009 मिमी

क] 1.01 ते 1.09 मि.मी

ड] 1.1 ते 1.9 मि.मी

227] स्लिप गेजच्या 3RD मालिकेत, 46 तुकड्यांमध्ये खालीलपैकी कोणती श्रेणी बरोबर आहे –

अ] 10.0 ते 100 मि.मी

ब] 1.001 ते 1.009 मिमी

क] 1.01 ते 1.09 मि.मी

ड] 1.1 ते 1.9 मिमी

228] स्लिप गेजच्या पहिल्या मालिकेत, 46 तुकड्यांमध्ये खालीलपैकी कोणती श्रेणी बरोबर आहे –

अ] ०.००१मिमी

ब] 001 मिमी

क] 0.1 मि.मी

ड] 1.0 मि.मी

229] स्लिप गेजच्या 2nd SERIES मध्ये, 46 तुकड्यांच्या सेटमध्ये खालीलपैकी कोणते STEP बरोबर आहे –

अ] ०.००१ मिमी

ब] 0.01 मिमी

क] 0.1 मिमी

D] 1-0 मिमी

230] स्लिप गेजच्या तिसर्या मालिकेत, 46 तुकड्यांमध्ये खालीलपैकी कोणते STEP बरोबर आहे

अ] ०.००१ मिमी

ब] ०.०१ मिमी

क] 0.1 मिमी

ड] 1.0 मि.मी

231] एक BSW थ्रेडिंग टूल समाविष्ट केलेल्या कोनासह ग्राउंड करणे आवश्यक आहे

अ] ५५०

ब] ६००

क] ४७.५०

ड] २९०

232] मेट्रिक 'V' थ्रेड टूलची नाक त्रिज्या आहे

अ] ०.१४४ x पी

ब] ०.२५ x पी

क] ०.४१४ x पी

ड] ०.०१४४ x पी

233] खडबडीत खेळपट्ट्यांचे मेट्रिक बाह्य धागे कापताना, कंपाऊंड विश्रांतीला फिरवणे उचित आहे

अ] ४५०

ब] ३००

क] 60०

D.90०

234] BIS ची खोली] मेट्रिक थ्रेड आहे

अ] ०.६४०३ x पी

ब] ०.६ x पी

क] ०.६१३४ x पी

ड] ०.५ x पी

235] थ्रेडिंग टूल्सचा वापर करून 60० कोनासाठी अचूकता तपासली जाते.

अ] थ्रेड प्लग गेज

ब] केंद्रगेज

क] स्क्रू पिच गेज

ड] साधन कोन गेज

236] प्रति इंच थ्रेड्सची संख्या a सह तपासली जाऊ शकते

अ] टूल गेज

ब] मोजणी करून मेट्रिक नियम

क] रिंग गेज

ड] स्क्रूपिचगेज

237] थ्रेडिंग करताना, कॅरेज मार्गाने हलविली जाते

अ] ट्रॅकवर एक गियर ट्रेन

ब] फीड रॉड स्प्लाइन किंवा की-वे

सी] लीडस्क्रूथ्रेड

ड] हाताचे चाक

238] थ्रेड चेझर्ससाठी वापरले जातात

अ] धाग्यांचे जलद उत्पादन

ब] धाग्याचेअचूकस्वरूपराखणे

क] कठीण पदार्थांवर धागे कापणे

डी] मऊ पदार्थांवर धागे कापणे

239] थ्रेड चेझर्स यापासून बनवले जातात

अ] कार्बन स्टील

B] हाय स्पीड स्टील

क] साधनवापरले

ड] स्टेनलेस स्टील

240] चेसर्स कापण्यासाठी वापरतात

A] 'V' फॉर्मचेधागेफक्त

ब] फक्त चौकोनी धागे

C] फक्त acme थ्रेड्स

D] कोणत्याही प्रकारचे धागे

241] M24 x 3 मिमी पिच अंतर्गत धागे कापण्यासाठी, जॉबचा मूळ व्यास आहे

अ] 27.00 मिमी

ब] 24.50 मिमी

क] 21.00 मिमी

ड] 24.00 मिमी

242] M24 x 3 मिमी अंतर्गत धाग्यासाठी कटची खोली आहे

अ] ०.५४१२ x ३

ब] ०.६१३४ x ३

क] ०.५ x ३

ड] ०.७ x ३

243] 24 x 3 मिमी अंतर्गत एक्मी थ्रेड्स कापण्यासाठी, जॉबचा मूळ व्यास आहे

अ] 20.00 मिमी

ब] 21.66 मिमी

क] 21.00 मिमी

ड] <u>20.60 मिमी</u>

244] मेट्रिक स्क्वेअर थ्रेडिंगसाठी कटची खोली आहे

अ] ०.६ x पी

ब] <u>०.५ x पी</u>

क] ०.५४१२ x पी

ड] ०.६४१२ x पी

245] बट्रेस धागा कापण्यासाठी, कटची खोली असते

अ] ०.५४१२ x पी

ब] <u>०.६ x पी</u>

क] ०.७ x पी

ड] ०.७५ x पी

246] एक्मी थ्रेड्स कापण्यासाठी, साधन समाविष्ट केलेल्या कोनात ग्राउंड केले जाते

अ] 60०

ब] २९०

क] <u>४७.५०</u>

ड] 30०

247] हाफ-नट लीव्हर यासाठी वापरला जातो

अ] कॅरेजवर रेखांशाचा फीड गुंतवणे

ब] क्रॉस-स्लाईड नट मध्ये स्लॅक घेणे

सी] रेखांशावरून क्रॉस-फीडमध्ये बदलत आहे

ड] <u>धागेकापणे</u>

248] समीप थ्रेडच्या दोन बाजूंना जोडणारा तळाचा पृष्ठभाग (बाह्य धागा] आहे...

अ] पार्श्वभाग

ब] <u>मूळ</u>

क] क्रेस्ट

ड] खेळपट्टी

249] सुतार वाइसमध्ये वापरल्या जाणार्‍या धाग्याचे स्वरूप आहे...

अ] चौकोन

ब] एक्मे धागा

क] <u>सावटूथधागा</u>

ड] पोर धागा

250] पाईप थ्रेडचा कोन काय आहे?

अ] ६०°

ब] ४७‘/२°

C] 29°

ड] <u>५५°</u>

251] पाईप धाग्याचा उपयोग काय?

अ] प्रक्षेपण

ब] दबाव राखणे

क] <u>हवाबंद जोडणी</u>

D] वरीलपैकी काहीही नाही]

252] 2" पाईप धाग्याची खोली किती आहे?

अ] ०.५"

ब] ०.६४०“

C] ०.३३५"

डी] <u>०.५८०"</u>]

253] बाह्य धागा रॉड किंवा पाईप वर प्रदान, डाय आणि कटिंग टूल म्हणतात.

(अ.) टॅपिंग

(गो.) मरणे

<u>(क.] थ्रेडिंग</u>

(ड.) खोबणी

254] कोन 0f lS धागा (V आकाराचा] ---------- आहे

अ] २९°

ब] ४७ १/४°

C] 50°

ड] <u>60</u>

255] खालीलपैकी कोणत्या पद्धतीमध्ये फक्त बाह्य धागे तयार केले जातात -------

अ] फॉर्म टूल mEthOd

ब] कंपाऊंड विश्रांती पद्धत

क] <u>टेलस्टॉकऑफसेटपद्धत</u>

ड] टेपर टर्निंग संलग्नक पद्धत]

256] शिखा आणि धाग्याचे मूळ यांना जोडणारा पृष्ठभाग ---- म्हणून ओळखला जातो.

अ] <u>पार्श्वभाग</u>

ब] शंक

क] खेळपट्टीचा पृष्ठभाग

ड] या सर्व

257] दोन स्टार्ट थ्रेडची पिच 4 मिमी आहे] नंतर थ्रेडची लीड ----- द्वारे दिली जाते.

अ] 4 मि.मी

ब] 2 मि.मी

<u>क] 8 मि.मी</u>

ड] 6 मि.मी

258] सिंगल पॉइंट कटिंग टूल वापरून लीड स्क्रू पिच असलेल्या लेथवर 2.5 मिमीचा स्क्रू थ्रेड कापण्यासाठी आवश्यक गियर प्रमाण ---- आहे.

<u>अ] १:२</u>

ब] २:१

C] 1:1 मिमी

259] M24 x 3 मिमी अंतर्गत धाग्यासाठी कटची खोली आहे

<u>अ] ०.५४१२ x ३</u>

ब] ०.६१३४ x ३

क] ०.५ x ३

ड] ०.७ x ३

260] 24 x 3 मिमी अंतर्गत एक्मी थ्रेड्स कापण्यासाठी, जॉबचा मूळ व्यास आहे

अ] 20.00 मिमी

ब] 21.66 मिमी

क] 21.00 मिमी

<u>ड] 20.60 मिमी</u>

261] मेट्रिक स्क्वेअर थ्रेडिंगसाठी कटची खोली आहे

अ] ०.६ x पी

<u>ब] ०.५ x पी</u>

क] ०.५४१२ x पी

ड] ०.६४१२ x पी

262] बट्रेस धागा कापण्यासाठी, कटची खोली असते

अ] ०.५४१२ x पी

<u>ब] ०.६ x पी</u>

क] ०.७ x पी

ड] ०.७५ x पी

60° कोनावर अचूकतेसाठी लेथचे थ्रेडिंग टूल तपासण्यासाठी कोणते गेज वापरले जाते?

अ] स्क्रू पिच गेज

ब] थ्रेड प्लग गेज

C] केंद्रगेज

ड] धागा रिंग गेज

264] स्लॉटिंग संलग्नक रूपांतरित करते. स्पिंडलची रोटरी गती

अ] अनुलंब मिलिंग संलग्नक प्रदान केले आहे

B] 90x मधून दोन्ही दिशेने वळता येते

C] मशीनची अष्टपैलुत्व वाढवण्यासाठी

265] कोणते ऑपरेशन स्लॉटिंग मशीनवर करता येत नाही?

अ] मुख्य मार्ग स्लॉटिंग

ब] डोवेटेल स्लॉटिंग

क] गियर कटिंग

ड] धागाकापणे

266] अॅक्सेसरीजसह स्लॉटर टेबलला कोणते फीड दिले जाऊ शकत नाही

अ] अनुदैर्ध्य

ब] रोटरी

क] उभा

ड] क्रॉस

267] स्लॉटरचा आकार त्याच्या कमाल द्वारे निर्दिष्ट केला जातो

अ] सारणीचा रेखांशाचा प्रवास

ब] टेबल आणि रॅममधील उंची

क] टेबलचा क्रॉसवाईज प्रवास

डी] रॅमच्यास्ट्रोकचीलांबी

268] बहिर्वक्र पृष्ठभाग स्लॉट करण्यासाठी, कटिंग टूल आवश्यक आहे

अ] चौकोनी नाकाचे साधन

ब] गोलनाकाचेसाधन

क] मुख्य मार्ग साधन

ड] कोपरा करण्याचे साधन

269] बहिर्वक्र पृष्ठभाग वापरून स्लॉट केले जाऊ शकते

अ] अनुदैर्ध्य खाद्य

ब] रोटरीफीड

क] क्रॉस फीड

ड] उभ्या फीड

quick return mechanism 1   slotter machine

270] स्लॉटिंग मशीनमध्ये द्रुत परतावा यंत्रणेचा उद्देश आहे

अ] कापण्याची वेळ कमी करा

ब] जलद रिटर्न स्ट्रोक आहे

सी] मानक कटिंग गती राखणे

D] वेगवाननिष्क्रियस्ट्रोकसहनिष्क्रियवेळकमीकरा.

271] स्लॉटिंग मशीनचा मुख्य फीड शाफ्ट ड्राईव्ह बाय आहे

अ] बेव्हल गियर यंत्रणा

B] पावलआणिरॅचेटव्हीलयंत्रणा

सी] टंबलर गियर यंत्रणा.

ड] जंत आणि जंत गियर यंत्रणा.

272] वसंताने भारलेला

अ] साधा किंवा बॉक्स प्रकार साधन धारक

B] विस्तार साधन धारक

क] रिलीव्हिंग टाईप टूल धारक

ड] फिरवत साधन धारक]

273] सामान्य हेतूच्या कामासाठी

अ] साधा किंवा बॉक्स प्रकार साधन धारक

ब] विस्तार साधन धारक

क] रिलीव्हिंग टाईप टूल धारक

ड] फिरवत साधन धारक]

274] 4 पोझिशन्सवर 90° साठी अनुक्रमणिका करण्यास परवानगी देते

अ] साधा किंवा बॉक्स प्रकार साधन धारक

ब] विस्तार साधन धारक

क] रिलीव्हिंग टाईप टूल धारक

D] फिरवत साधन धारक]

275] मोठ्या मंडळांना स्लॉटिंगसाठी

अ] साधा किंवा बॉक्स प्रकार साधन धारक

ब] <u>विस्तार साधन धारक</u>

क] रिलीव्हिंग टाईप टूल धारक

ड] फिरवत साधन धारक]

276] रिटर्न स्ट्रोकमध्ये साधन दूर हलवते]

अ] साधा किंवा बॉक्स प्रकार साधन धारक

ब] विस्तार साधन धारक

क] <u>रिलीव्हिंग टाईप टूल धारक</u>

डी] फिरणारे टूल धारक]

277] चिन्हांकित टाळण्यासाठी तयार ट्यूबलर पृष्ठभागांवर वापरले जाते

अ] स्टिलसन पाईप रेंच

ब] चेन रिंच

क] <u>पट्टा पाना</u>

ड] फूट प्रिंट रेंच

278] बंदिस्त तुकड्यांमध्ये पाईप्स आणि गोलाकार साठा पकडण्यासाठी आणि फिरवण्यासाठी वापरला जातो

अ] स्टिलसन पाईप रेंच

ब] चेन रिंच

क] पट्टा पाना

ड] <u>फूट प्रिंट रेंच</u>

279] मोठ्या व्यासाचे पाईप्स ठेवण्यासाठी वापरले जाते

अ] स्टिलसन पाईप रेंच

ब] <u>चेन रिंच</u>

क] पट्टा पाना

ड] फूट प्रिंट रेंच

280] पाईप, नळ्या आणि दंडगोलाकार रॉड पकडण्यासाठी आणि वळवण्यासाठी वापरले जाते]

अ] <u>स्टिलसन पाईप रेंच</u>

ब] चेन रिंच

क] पट्टा पाना

ड] फूट प्रिंट रेंच

281] कोणत्याही कटिंग फ्लुइडची सर्वात महत्त्वाची गुणवत्ता आहे

अ] इमल्सिफिकेशन

ब] विशिष्ट उष्णता

क] विशिष्ट गुरुत्व

ड] स्निग्धता

282] वर्कपीसवर शीतलक वापरून आपण निवडू शकतो

अ] उच्चकटिंगगती

ब] कमी कटिंग फीड

क] कमी कटिंग गती

ड] कटांची भारी खोली

283] एक्स्ट्रीम प्रेशर ऑडिटीव्ह (ईपीए) त्याची शक्ती सुधारण्यासाठी कटिंग फ्लुइडमध्ये मिसळले जाते.

अ] थंड करणे

ब] स्नेहन

ड] मशीन केलेल्या पृष्ठभागाचे उत्पादन

क] कटिंग झोनची स्वच्छता

284] मशीन टूल्समध्ये स्नेहक वापरण्याचा मुख्य उद्देश ------ आहे.

अ] बनवण्याचे भाग थंड करा

ब] मशीन टूल गरम होण्यापासून प्रतिबंधित करा

C] जवळच्या संपर्कासाठी बनवण्याचे भाग ओले करा

ड] बनवणाऱ्याभागांमधीलघर्षणकमीकरा

मिलिंगमशीनचेप्रकार

285] स्पिंडल वर्क टेबलला लंब असतो

अ] क्षैतिज दळणे मशीन

ब] उभ्या मिलिंग मशीन

C] युनिव्हर्सल मिलिंग मशीन]

ड] लेथ मशीन

286] टेबल आडव्या समतल फिरवता येते

अ] क्षैतिज दळणे मशीन

ब] उभ्या मिलिंग मशीन

C] युनिव्हर्सल मिलिंग मशीन]

ड] लेथ मशीन

milling machine   milling machine

287] स्पिंडल वर्क टेबलला क्षैतिज आहे

अ] क्षैतिज दळणे मशीन

ब] उभ्या मिलिंग मशीन

C] युनिव्हर्सल मिलिंग मशीन]

ड] लेथ मशीन

288] कठोर, बळकट आणि जड काम सामावून घेणारे

अ] क्षैतिज दळणे मशीन

ब] उभ्या मिलिंग मशीन

C] युनिव्हर्सल मिलिंग मशीन]

ड] लेथ मशीन

289] या मशीनवर बोरिंग, की-वे कटिंग, प्रोफाइल मिलिंग करता येते

A] क्षैतिज मिलिंग मशीन

ब] उभ्या मिलिंग मशीन

C] युनिव्हर्सल मिलिंग मशीन]

ड] लेथ मशीन

290] या मशीनवर हेलिकल ग्रूव्ह आणि गियर्स मिल्ड करता येतात.

अ] क्षैतिज दळणे मशीन

ब] उभ्या मिलिंग मशीन

C] युनिव्हर्सल मिलिंग मशीन]

ड] लेथ मशीन

291] स्तंभावरील स्लाइड हालचाल

अ] अनुदैर्घ्य खाद्य

ब] क्रॉस फीड

क] उभ्या फीड

ड] परिपत्रक फीड]

292] गुडघ्यावर स्लाइड हालचाल

अ] अनुदैर्ध्य खाद्य

ब] क्रॉस फीड

क] उभ्या फीड

ड] परिपत्रक फीड]

293] रोटरी टेबल

अ] अनुदैर्ध्य खाद्य

ब] क्रॉस फीड

क] अनुलंब फीड

D] परिपत्रक फीड]

294] टेबल ट्रॅव्हर्स]

अ] अनुदैर्ध्य खाद्य

ब] क्रॉस फीड

क] उभ्या फीड

ड] परिपत्रक फीड]

295] लांब आर्बर थ्रेडेड टोक डाव्या हाताच्या धाग्यांसह प्रदान केले आहे

अ] कटर आणि आर्बरमध्ये कोणत्याही स्थानावर की घालण्याची सोय करण्यासाठी

ब] आर्बरला पॉझिटिव्ह पॉवर ट्रान्समिशन सुलभ करण्यासाठी

C] आर्बर्स आणि मशीन्सच्या अदलाबदली सुलभ करण्यासाठी

ड] कटिंग क्रियेदरम्यान आर्बर नट सैल होऊ नये म्हणून]

296] लांब आर्बर टेपर एंड आयएसओ मानकांनुसार आहेत

अ] कटर आणि आर्बरमध्ये कोणत्याही स्थानावर की घालण्याची सोय करण्यासाठी

ब] आर्बरला पॉझिटिव्ह पॉवर ट्रान्समिशन सुलभ करण्यासाठी

C] आर्बर्स आणि मशीन्सच्या अदलाबदली सुलभ करण्यासाठी

ड] कटिंग कृती दरम्यान आर्बर नट सैल होऊ नये म्हणून]

297] आर्बर शोल्डरवर टेनन स्लॉट दिलेले आहेत

अ] कटर आणि आर्बरमध्ये कोणत्याही स्थानावर की घालण्याची सोय करण्यासाठी

ब] आर्बरला पॉझिटिव्ह पॉवर ट्रान्समिशन सुलभ करण्यासाठी

C] आर्बर्स आणि मशीन्सच्या अदलाबदली सुलभ करण्यासाठी

ड] कटिंग कृती दरम्यान आर्बर नट सैल होऊ नये म्हणून]

298] संपूर्ण आर्बर लांबीवर की स्लॉट प्रदान केला आहे]

अ] कटर आणि आर्बरमध्ये कोणत्याही स्थानावर की घालणे सुलभ करण्यासाठी .

ब] आर्बरला पॉझिटिव्ह पॉवर ट्रान्समिशन सुलभ करण्यासाठी

C] आर्बर्स आणि मशीन्सच्या अदलाबदली सुलभ करण्यासाठी

ड] कटिंग कृती दरम्यान आर्बर नट सैल होऊ नये म्हणून]

299] कटरच्या अक्षाला लंब पृष्ठभाग तयार करते

अ] <u>फेस मिलिंग प्रक्रिया आहे</u>

ब] साइड मिलिंग प्रक्रिया आहे

C] ही साधी मिलिंग प्रक्रिया आहे

डी] ही एंड मिलिंग प्रक्रिया आहे

300] मशिन आर्बरला लंबवत उभ्या आणि सपाट पृष्ठभाग तयार करतात

अ] फेस मिलिंग प्रक्रिया आहे

ब] <u>साइड मिलिंग प्रक्रिया आहे</u>

C] ही साधी मिलिंग प्रक्रिया आहे

डी] ही एंड मिलिंग प्रक्रिया आहे

301] स्लॉट बनवण्यासाठी शेवटी आणि परिघावर कटिंग केले जाते

अ] फेस मिलिंग प्रक्रिया आहे

ब] साइड मिलिंग प्रक्रिया आहे

C] ही साधी मिलिंग प्रक्रिया आहे

डी] <u>ही एंड मिलिंग प्रक्रिया आहे</u>

302] साध्या मिलिंग मशीनवर प्रक्रिया केली जाते

अ] ही फेस मिलिंग प्रक्रिया आहे

ब] साइड मिलिंग प्रक्रिया आहे

C] <u>ही साधी मिलिंग प्रक्रिया आहे</u>

डी] ही एंड मिलिंग प्रक्रिया आहे

303] उभ्या मिलिंग मशीनवर प्रक्रिया केली जाते.

अ] <u>फेस मिलिंग प्रक्रिया आहे</u>

ब] साइड मिलिंग प्रक्रिया आहे

C] ही साधी मिलिंग प्रक्रिया आहे

डी] ही एंड मिलिंग प्रक्रिया आहे

304] कोबाल्ट टंगस्टन कार्बाइड आणि टेंटलम कार्बाइडची रचना

अ] कार्बन स्टील कटर

ब] <u>सिंटर्ड कार्बाइड टूल कटर</u>

क] सिरॅमिक्स कटर

ड] डायमंड कटर

305] अॅल्युमिनियम आणि सिलिकॉन किंवा मॅग्नेशियमच्या ऑक्साईडची रचना

अ] कार्बन स्टील कटर

ब] सिंटर्ड कार्बाइड टूल कटर

क] <u>सिरॅमिक्स कटर</u>

ड] डायमंड कटर

306] १.१% ते १.५% कार्बन असलेले पोलाद

अ] <u>कार्बन स्टील कटर</u>

ब] सिंटर्ड कार्बाइड टूल कटर

C] सिरॅमिक्स कटर

ड] डायमंड कटर

milling cutters

Milling Cutters

307] कमी कटिंग गती आणि फीड दरांसाठी योग्य

अ] <u>कार्बन स्टील कटर</u>

ब] सिंटर्ड कार्बाइड टूल कटर

क] सिरॅमिक्स कटर

ड] डायमंड कटर

308] अचूक फिनिशिंगसाठी कमी फीड दरासह अत्यंत उच्च कटिंग गती]

अ] कार्बन स्टील कटर

ब] सिंटर्ड कार्बाइड टूल कटर

क] सिरॅमिक्स कटर

ड] <u>डायमंड कटर</u>

309] निसर्गात अधिक ठिसूळ

अ] कार्बन स्टील कटर

ब] सिंटर्ड कार्बाइड टूल कटर

क] सिरॅमिक्स कटर

ड] <u>डायमंड कटर</u>

310] रीमरवर बासरी कापण्यासाठी वापरला जातो

अ] समान दुहेरी कोन कटर

ब] बोर टाईप सिंगल अँगल कटर

C] <u>असमान दुहेरी कोन कटर</u>

ड] शँक प्रकार सिंगल अँगल कटर]

311] क्षैतिज मिलिंग मशीनवर डोव्हटेल मार्गदर्शक मार्ग कापण्यासाठी वापरले जाते

अ] समान दुहेरी कोन कटर

ब] बोर टाईप सिंगल अँगल कटर

C] असमान दुहेरी कोन कटर

ड] <u>शँक प्रकार सिंगल अँगल कटर</u>]

312] 'V' चर कापण्यासाठी वापरला जातो

अ] <u>समान दुहेरी कोन कटर</u>

ब] बोर टाईप सिंगल अँगल कटर

C] असमान दुहेरी कोन कटर

ड] शँक प्रकार सिंगल अँगल कटर]

313] टाईप 'A' असे दोन प्रकार आहेत, लहान टोकाच्या व्यासावर आधारित 'B' टाइप करा.

अ] समान दुहेरी कोन कटर

ब] बोर टाईप सिंगल अँगल कटर

C] असमान दुहेरी कोन कटर

ड] <u>शँक प्रकार सिंगल अँगल कटर</u>]

314] दोन कोनांचा उल्लेख करून निर्दिष्ट केले आहे

अ] समान दुहेरी कोन कटर

ब] बोर टाईप सिंगल अँगल कटर

C] <u>असमान दुहेरी कोन कटर</u>

ड] शँक प्रकार सिंगल अँगल कटर]

315] सपाट बाजूला कटिंग कडा असू शकतात किंवा नसू शकतात]

अ] समान दुहेरी कोन कटर

ब] बोर टाईप सिंगल अँगल कटर

C] असमान दुहेरी कोन कटर

ड] शँक प्रकार सिंगल अँगल कटर]

316] उभ्या मिलिंग संलग्नक

अ] फेस मिलिंग, बोरिंग, एंड ड्रिलिंग, 'टी' स्लॉट मिलिंग

ब] लांब मिलिंग रॅक मिलिंग

C] स्तंभाच्या चेहऱ्यावर किंवा ओव्हर आर्मवर आरोहित

ड] अनुलंब मिलिंग संलग्नक प्रदान केले आहे

317] उभ्या मिलिंग मशीन म्हणून साध्या किंवा युनिव्हर्सल मिलिंग मशीनचा वापर करण्यासाठी

अ] फेस मिलिंग, बोरिंग, एंड ड्रिलिंग, 'टी' स्लॉट मिलिंग

ब] लांब मिलिंग रॅक मिलिंग

C] स्तंभाच्या चेहऱ्यावर किंवा ओव्हर आर्मवर आरोहित

ड] अनुलंब मिलिंग संलग्नक प्रदान केले आहे

318] अनुलंब संलग्नक क्षैतिज मिलिंग मशीन कार्य करण्यास सक्षम करतात

अ] फेस मिलिंग, बोरिंग, एंड ड्रिलिंग, 'टी' स्लॉट मिलिंग

ब] लांब मिलिंग रॅक मिलिंग

C] स्तंभाच्या चेहऱ्यावर किंवा हाताच्या वरच्या बाजूला बसवलेला

ड] अनुलंब मिलिंग संलग्नक प्रदान केले आहे

319] रॅक मिलिंग संलग्नक आणि रॅक इंडेक्सिंग संलग्नक यासाठी वापरले जाते

अ] फेस मिलिंग, बोरिंग, एंड ड्रिलिंग, 'टी' स्लॉट मिलिंग

ब] लांब मिलिंग रॅक मिलिंग

C] स्तंभाच्या चेहऱ्यावर किंवा ओव्हर आर्मवर आरोहित

ड] अनुलंब मिलिंग संलग्नक प्रदान केले आहे

320] स्लॉटिंग संलग्नक रूपांतरित करते .स्पिंडलची रोटरी गती

अ] अनुलंब मिलिंग संलग्नक प्रदान केले आहे

B] 90x मधून दोन्ही दिशेने वळता येते

C] मशीनची अष्टपैलुत्व वाढवण्यासाठी

डी] परस्पर गतीमध्ये

321] मिलिंग संलग्नक डिझाइन केले आहेत]

अ] अनुलंब मिलिंग संलग्नक प्रदान केले आहे

B] 90x मधून दोन्ही दिशेने वळता येते

C] मशीनची अष्टपैलुत्व वाढवण्यासाठी

डी] परस्पर गतीमध्ये

322] अटॅचमेंट लाइट मशीनिंगसह उपयुक्त आहे.

अ] गियर कटिंग संलग्नक

ब] गोलाकार वळण संलग्नक

क] आसक्ती दूर करणे]

ड] वरीलपैकी नाही

323] टूल ॲडव्हान्समेंट] कॅम प्रोफाइलद्वारे नियंत्रित केले जाते.

अ] गियर कटिंग संलग्नक

ब] गोलाकार वळण संलग्नक

क] संलग्नक मुक्त करणे]

ड] वरीलपैकी नाही

milling attachment 1   Milling Attachment

324] स्प्लाइन्स कापण्यासाठी उपयुक्त.

अ] गियर कटिंग संलग्नक

ब] गोलाकार वळण संलग्नक

क] आसक्ती दूर करणे]

ड] वरीलपैकी नाही

326] भोक खोदण्यासाठी आणि पुन्हा बांधण्यासाठी वापरण्यात येणारी जिग बुश आहे...?

A] दाबा फिट बुश

ब] लाइनर झुडूप

क] स्लिपअक्षयझुडूप

ड] स्थिर अक्षय झुडूप

jig   Jig Fixture

327] नोकरी ठेवण्यासाठी कोणते उपकरण वापरले जाते आणि काम करताना टोलसाठी मार्गदर्शन केले जाते?

अ] गेज

ब] गृहनिर्माण

क] जिग

ड] स्थिरता

Fixture 1   Jig Fixture

328] खालील दिलेले उपकरण कोणते फक्त क्लॅम्पिंग कामासाठी वापरले जाते?

अ] जिग

ब] स्थिरता

क] गृहनिर्माण

ड] गेज

329] वेल्डिंग जॉबद्वारे फॅब्रिकेटेड असताना वेल्डिंग जॉबच्या 360 डिग्री सेल्सिअस पर्यंत फिक्स्ड किंवा रिव्हॉल्व्हिंगसाठी कोणते उपकरण वापरले जाते?

अ] गेज

b] साचा

क] जिग

ड] स्थिरता

330] ड्रिलिंग जिगच्या मुख्य गोष्टी मशीन टेबलसह क्लॅम्पिंग नसतात खालील कोणते कारण योग्य आहे?

अ] तेऑपरेशनसाठीमजबूतआहे

ब] ते ऑपरेशनसाठी सोपे आहे

सी] कामावर ड्रिलिंग करताना वेगवेगळ्या सेटिंगद्वारे अनेक वेगवेगळ्या आकाराची छिद्रे तयार होतात

डी] या उपकरणासाठी बराच वेळ आहे

331] गोल आकाराच्या नोकरीसाठी कोणती ठिकाणे सर्वात उपयुक्त आहेत?

अ] पिन प्रकार लोकेटर

ब] वेज टाइप लोकेटर

सी] वीलोकेटर

डी] समायोज्य स्टॉप लोकेटर

332] ड्रिलिंग जिगसमध्ये बुशिंग वापरण्याचे खालील कारण योग्य आहे?

अ] ड्रिलिंगसाठी सोपे

ब] निश्चित ड्रिल होल आकारासाठी

C] अचूकड्रिलिंगऑपरेशनसाठी

D] चांगल्या फिनिश ड्रिलिंग होलसाठी

333] जिग बुश तयार करण्यासाठी धातू...?

अ] सौम्य पोलाद

ब] कास्ट लोह

क] कास्ट स्टील

ड] टूलस्टील

334] खालील झुडूप दिल्यास अक्षय बुशिंग शोधण्यासाठी कोणती बसिंग वापरली जाते?

अ] दाबा फिट बुशिंग

B] रेखीयबुशिंग

क] विशेष बुशिंग

ड] knurd बुशिंग

335] जिगमध्ये सहनशीलता असते..?

अ] नोकरी सहिष्णुता पाच उपस्थित

ब] नोकरी सहनशीलता दहा टक्के

C] 20% ते 50% नोकरीसहनशीलता

ड] 100% नोकरी सहनशीलता

336] बोअरच्या स्थानासाठी कोणत्या जिगचा वापर केला जातो?

अ] प्लेट जिग

ब] घन जिग

क] पोस्टजिग

ड] बॉक्स जिग

337] कोणत्या जिगमध्ये ड्रिल प्लेट असते?

अ] घन जिग

ब] प्लेटजिग

क] बॉक्स जिग

ड] टेबल जिग

338] अंतर्गत व्यास स्थानासाठी खालील लोकेटर वापरला जातो?

अ] घन सपोर्ट्स

ब] पिनप्रकारलोकेटर

क] वी लोकेटर

ड] नेस्ट लोकेटर

339] Drm जिग बुशिंग-सामान्यत: ------------ करण्यासाठी कठोर असतात.

अ] सौम्य पोलाद

ब] कास्ट लोह

क] कास्ट स्टील

ड] तोईस्टील

340] जिग्स हे उपकरण आहे जे --------------

अ] कामाचा भाग शोधा

ब] कामाचा तुकडा पकडणे आणि आधार देणे

क] कटिंग टूलचे मार्गदर्शन करा

ड] वरीलसर्वकरतो

341] खालीलपैकी कोणत्या जिग्सचा वापर बोअरमधून फोलोकेशनसाठी केला जातो?

अ] प्लेट जिग

ब] घन जिग

क] पोस्टजिग

ड] पेटी जिग

३४२] फिक्स्चर हे उत्पादन उपकरण आहे जे -----------]

अ] वर्कपीसधरतोआणिशोधतो

ब] तुकडा धरतो

क] कामाच्या तुकड्याशी गप्पा मारणे,

D] धारण करत नाही किंवा] कामाचा भाग शोधत नाही

343] खालीलपैकी कोणते साधन साधनाचे मार्गदर्शन करण्यासाठी आणि मोठ्या प्रमाणावर उत्पादनात काम ठेवण्यासाठी वापरले जाते? '

अ] गेज]

ब] गृहनिर्माण

क] स्थिरता

ड] जिग

344] ड्रिल जिगमध्ये प्रोई/आयडिंग बुशिंगचा उद्देश खालीलपैकी कोणता आहे?

अ]

अचूकपणेशोधण्यासाठीआणिअचूकड्रिलिंगऑपरेशनसाठीड्रिलचेमार्गदर्शनकरण्यासाठी

ब] ड्रिल करायच्या छिद्राचा आकार निश्चित करण्यासाठी

क] सुलभ ड्रिलिंगसाठी

ड] ड्रिल केलेल्या छिद्रांमध्ये चांगला तयार पृष्ठभाग मिळविण्यासाठी

345] ड्रिल जिग कशासाठी वापरतात? _

अ] फक्त ड्रिल ऑपरेशन्स]

ब] ड्रिलिंगसाठीकामक्लॅम्पिंग

क] ड्रिलिंग, रीमिंग, टॅपिंग आणि इतर ऑपरेशन्स

ड] केवळ साधनांचे मार्गदर्शन करणे

346] खालीलपैकी कोणत्या जिगमध्ये ड्रिल प्लेट असते, जी ड्रिल करण्याच्या घटकावर असते?

अ] घन जिग]

ब] प्लेटजिग]

क] बॉक्स जिग

ड] ड्रुनिअन जिग

347] जिग हे उपकरण आहे जे -----------

अ] कामाचा भाग शोधतो]

ब] वर्क पीस आणि गाईड टूलला धरून सपोर्ट करते

क] कटिंग टूलचे मार्गदर्शन करते

डी] कटिंगटूलधरा]

348] साठी ड्रिल जिग वापरले जातात

अ] ड्रिलिंग, रीमिंग, टॅपिंगआणिइतरसंबंधितऑपरेशन्स

ब] फक्त ड्रिलिंग ऑपरेशन्स

क] ड्रिलिंग करताना जॉब क्लॅम्पिंग

ड] केवळ साधनाचे मार्गदर्शन करणे

३४९] फिक्स्चर हे उत्पादन उपकरण आहे जे---------: -----

अ] वर्क पीस धरतो '

ब] कामाचा भाग शोधा

C] कामाचातुकडाधरतोआणिशोधतो

D] कामाचा तुकडा धरत नाही किंवा शोधत नाही

350] बॉक्स जिगचा उद्देश आहे

अ] नोकरी धरा आणि अंतर्गत धागे तयार करण्यासाठी साधनाचे मार्गदर्शन करा

ब] अनेककलतेछिद्रेनिर्माणकरणे

क] अनेक सरळ छिद्रे निर्माण करणे

ड] यापैकी नाही

351] जिग आणि फिक्स्चर हे --------]

अ] मशीनिंग टूल्स

ब] अचूकसाधने

क] दोन्ही (अ] आणि (ब]

ड] यापैकी नाही

352] 'फिक्श्चरच्या तुलनेत जिग वजनाच्या बाबतीत किती आहेत?

अ] जिग्सफिक्स्चरपेक्षाहलकेअसतात

ब] जिग्स फिक्स्चरपेक्षा जड असतात

C] जिग्स समान ऑपरेशनसाठी फिक्स्चरच्या वजनात समान असतात

ड] यापैकी नाही

353] मशिनिंग पार्ट्ससाठी कोणते फिक्स्चर वापरले जातात ज्यात मशिन केलेले तपशील समान अंतरावर असतात?

अ] प्रोफाइल फिक्स्चर

ब] डुप्लेक्स फिक्स्चर

क] अनुक्रमणिकाफिक्स्चर

D] यापैकी काहीही नाही

354] एनीलिंगचा मुख्य उद्देश ----------- आहे.

अ] यंत्रक्षमतासुधारण्यासाठी

ब] चुंबकत्व सुधारण्यासाठी

क] कडकपणा वाढवण्यासाठी

ड] कणखरपणा वाढवण्यासाठी

355] HSS मधील कार्बन टक्केवारी] टूल ------- आहे.

अ] ०.७५ते१.००%

ब] 1.00 ते 2.00 00

क] ०.६० ते ०.७५%

ड] ०.०२ ते ०.०३ %]

356] खालीलपैकी कोणता धातूचा लवचिक विकृतीचा प्रतिकार आहे?

अ] लवचिकता]

ब] ताकद

क] कडकपणा

ड] कणखरपणा

357] आवश्यक गुणधर्म मिळविण्यासाठी स्टीलची रचना बदलण्यासाठी गरम आणि थंड करण्याच्या प्रक्रियेला म्हणतात.

अ] कडक होणे

ब] सामान्यकरणे

क] उष्णता उपचार

ड] टेंपरिंग

358] एनीलिंगचा मुख्य उद्देश आहे

अ] कडकपणा वाढवा

ब] कणखरपणा वाढवा

क] यंत्रक्षमतासुधारणे

ड] विकृती सुधारणे

359] स्टीलचे सामान्यीकरण करण्याचा उद्देश ----------- आहे.

अ] प्रेरितताणकाढूनटाका

ब] जनुक सुधारणे आणि ठिसूळपणा कमी करणे

क] धातू मऊ करणे

ड] पृष्ठभाग वाढवा?

360] खालीलपैकी कोणती प्रक्रिया बाह्य 5" ऑनिलिंगसाठी कठोर करण्यासाठी वापरली जाते

अ] कडक होणे

ब] टेंपरिंग

क] केसकडकहोणे

ड] अश्रू पृष्ठभाग

361] टफ आणि ductIle कोर आणि हार्ड ou असलेले घटक तयार करण्याचा उद्देश म्हणून ओळखले जाते.]

अ] कडक होणे

ब] केसकडकहोणे

क] टेंपरिंग

ड] एनीलिंग

362] हार्डनिंग करताना उच्च कार्बन स्टीलचे कमी गंभीर तापमान ---------- असते.

A] 9600C

ब] 900° से

<u>c]</u> 7230 इ.स

D] 56O C

363] संरचना बदलण्याची आणि अशा प्रकारे गरम आणि थंड करून गुणधर्म बदलण्याची प्रक्रिया -- म्हणून ओळखली जाते.

<u>अ] उष्णताउपचार</u>

ब] मिश्रधातू

क] टेंपरिंग

ड] यापैकी नाही

364] धान्य रचना शुद्ध करण्यासाठी खालीलपैकी कोणती उष्णता उपचार प्रक्रिया अवलंबली जाते]

अ] एनीलिंग

ब] कडक होणे

क] टेंपरिंग

<u>ड] सामान्यकरणे</u>

365] लोखंड आणि पोलादावर ॲनिलिंग केले जाते ---------

अ] अंतर्गत ताण दूर करण्यासाठी

ब] कडकपणा कमी करण्यासाठी

क] यंत्रक्षमता सुधारण्यासाठी

<u>ड] हेसर्व</u>

366] खालीलपैकी कोणते उष्मा उपचाराच्या टप्प्यांत येत नाही?

अ] गरम करणे

<u>ब] स्वच्छता</u>

क] शमन करणे

ड] भिजवणे

20] धातू 02

367] तोफा धातू हा तांब्याचा मिश्र धातु आहे, -------------

<u>अ] कथीलआणिजस्त</u>

B] शिसे आणि जस्त

क] झिंक आणि निकेल

ड] शिसे आणि निकेल

368] गटर, छताचे फ्लॅशिंग, हुड इत्यादी बनवण्यासाठी]

अ] गॅल्वनाइज्ड लोह

ब] स्टेनलेस स्टील

क] <u>तांब्याचे पत्र</u>

ड] धातूची पत्रके

369] दुग्धव्यवसायात] अन्न प्रक्रिया, स्वयंपाकघरातील सामान इ.

अ] गॅल्वनाइज्ड लोह

ब] <u>स्टेनलेस स्टील</u>

क] तांब्याचे पत्र

ड] धातूची पत्रके

370] बादल्या, गरम नलिका, कॅबिनेट इत्यादी बनवण्यासाठी]

अ] <u>गॅल्वनाइज्ड लोह</u>

ब] स्टेनलेस स्टील

क] तांब्याचे पत्र

ड] धातूची पत्रके

371] कॅनरी आणि रासायनिक वनस्पतींमध्ये मेटल शीट्स

अ] गॅल्वनाइज्ड लोह

ब] <u>स्टेनलेस स्टील</u>

क] तांब्याचे पत्र

ड] धातूची पत्रके

372] मिश्रधातूचे पोलाद, चांगले संक्षारक प्रतिकार आणि सहज वेल्ड

अ] काळे लोखंड

ब] गॅल्वनाइज्ड लोह

क] <u>स्टेनलेस स्टील</u>

ड] ऑल्युमिनियम

373] सर्वात स्वस्त, कोणत्याही इच्छित जाडीवर आणले जाऊ शकते

अ] <u>काळे लोखंड</u>

ब] गॅल्वनाइज्ड लोह

क] स्टेनलेस स्टील

ड] ऑल्युमिनियम

374] गंज तेजस्वी चांदी देखावा विरुद्ध प्रतिकार

अ] काळे लोखंड

ब] <u>गॅल्वनाइज्ड लोह</u>

क] स्टेनलेस स्टील

ड] ऑल्युमिनियम

375] वेगाने कोरोडिस] निळसर काळा दिसणे

अ] <u>काळे लोखंड</u>

ब] गॅल्वनाइज्ड लोह

क] स्टेनलेस स्टील

ड] ॲल्युमिनियम

376] ग्राइंडिंग व्हीलची कडकपणा ---------- द्वारे निर्धारित केली जाते.

अ] ग्राइंडिंगस्ट्रेसविरुद्धबॉण्डद्वारेकेलेलाप्रतिकार

ब] अपघर्षक धान्यांची कडकपणा

क] बंधनाची कडकपणा

ड] आत प्रवेश करण्याची क्षमता

377] अत्यंत वेगाने ग्राइंडिंग व्हील सुरक्षितपणे चालवणे आवश्यक असते तेव्हा कोणता बंध वापरावा? "

अ] विट्रिफाइड

ब] शेलॅक

क] सिलिकेट

D] रेझिनोइड' आणिरबर

378] पृष्ठभाग ग्राइंडिंगमध्ये सामान्य उद्देशाच्या पृष्ठभागाच्या ग्राइंडिंगसाठी ग्राइंडिंग व्हीलच्या धान्य आकाराची योग्य श्रेणी काय आहे?

अ] 20 ते 36

ब] 46 ते 60

क] 80 ते 120

ड] 150 ते 300

379] भारतीय मानकांनुसार, धान्य '46'. «w] ----- च्या गटात येते.

अ] खडबडीत

ब] मध्यम

क] ठीक आहे

ड] खूप छान

380] ग्राइंडिंग व्हीलमध्ये वापरल्या जाणार्‍या ॲब्रेसिव्हचा आकार सामान्यतः ---------- द्वारे निर्दिष्ट केला जातो.

अ] कडकपणा क्रमांक

ब] चाकाचा आकार

क] अपघर्षकाची मऊपणा किंवा कडकपणा

ड] जाळीक्रमांक

381] बेंच ग्राइंडरचा वापर केला जातो

अ] हेवी इयुटी काम

ब] जड आणि हलके काम

क] लाईटइयुटीकाम

ड] साबणाचे काम

382] बेंच ग्राइंडर ए वर बसवले जातात

अ] पाया

ब] तक्ता]

क] व्हील गार्ड

ड] कन्व्हेयर

383] खालीलपैकी कोणते सर्वात जास्त वापरले जाणारे प्रिसिजन ग्राइंडिंग मशीन आहे?

अ] पृष्ठभाग ग्राइंडर

ब] टूल कटर ग्राइंडर

क] दंडगोलाकार ग्राइंडर

ड] हेसर्व

384] पृष्ठभाग ग्राइंडिंग मशीन टेबल ---------- वर स्लाइड करते

A] 'T' __ 5.0.:

ब] 'v' स्लॉट

क] 'यू' स्लॉट

डी] रेडियल स्लॉट

385] पृष्ठभाग ग्राइंडरचा उद्देश आहे

अ] वक्र पृष्ठभाग तयार करा

ब] सपाटपृष्ठभागतयारकरा

C] बेलनाकार पृष्ठभाग तयार करा

ड] असमान पृष्ठभाग तयार करा

386] उत्पादित दंडगोलाकार दळणे असू शकते

अ] साधा, सिलेंडरआणिस्टेप्ड

ब] प्लॅन, टॉपर्ड आणि सिलेंडर

C] सिलेंडर, टॉपर्ड आणि स्टेप केलेले

387] निर्देशांकाच्या जलद पद्धतीसाठी वापरला जातो.

अ] डायरेक्ट इंडेक्सिंग हेड

ब] साधे इंडेक्सिंग हेड

C] युनिव्हर्सल इंडेक्सिंग हेड

ड] वरीलपैकी नाही

388] जेथे मोठ्या संख्येने एकसारखे तुकडे अनुक्रमित केले जातात तेथे वापरले जाते

अ] डायरेक्ट इंडेक्सिंग हेड

ब] साधे इंडेक्सिंग हेड

C] युनिव्हर्सल इंडेक्सिंग हेड

ड] वरीलपैकी नाही

indexing head

Indexing Head
Mechanism

389] डिफरेंशियल इंडेक्सिंगसाठी गियर्सच्या अनेक बदलांसह वापरले जाते]

अ] डायरेक्ट इंडेक्सिंग हेड

ब] साधे इंडेक्सिंग हेड

C] युनिव्हर्सल इंडेक्सिंग हेड

ड] वरीलपैकी नाही

390] ------------------- वरून बनवलेली ग्राइंडिंग व्हील्स सर्वात सामान्य आहेत कारण त्याच्या मुक्त आणि थंड कटिंग क्रियेमुळे]

अ] ॲल्युमिनियमऑक्साईड

ब] सिलिकॉन ऑक्साईड

C] अमोनियम ऑक्साईड

डी] कार्बाइड]

391] खालीलपैकी कोणता अपघर्षक धातू नसलेल्या वस्तू कापण्यासाठी चाके कापण्यासाठी वापरला जातो?

अ] ॲल्युमिनियम ऑक्साईड

ब] सिलिकॉनकार्बाइड

क] हिरा

ड] वरीलपैकी नाही

392] टंगस्टन कार्बाइड टूल इन्सर्ट पीसण्यासाठी कोणता अपघर्षक कण वापरला जातो?

अ] सिलिकॉनकार्बाइड

ब] ए|२०३

क] हिरा

ड] कोरंडम

393] खालीलपैकी नैसर्गिक अपघर्षक कोणते?

अ] ॲल्युमिनियम ऑक्साईड

ब] सिलिकॉन

C] बोरॉन कार्बाइड

ड] कोरंडम

394] खालीलपैकी कोणते उत्पादित अपघर्षक आहे?

अ] कॉरंडम]

ब] क्वार्ट्ज

क] सिलिकॉन

डी] एमरी

395] स्टील फिटिंग पीसण्यासाठी कोणता अपघर्षक कण वापरला जातो?

अ] सिलिकॉन कार्बाइड

ब] ॲल्युमिनियमऑक्साईड

क] हिरा]

ड] बोरॉन ऑक्साईड

396] काँक्रीटचे दगड आणि गवंडी कापण्यासाठी चाकाच्या कोणत्या प्रकारचे अपघर्षक कट वापरावे?

अ] सिलिकॉन

ब] Al203

क] डायमंडग्रिट

ड] काच

397] ॲल्युमिनिअम ऑक्साईड चाक पीसण्यासाठी वापरले जाते ------------

अ] कास्ट लोह

ब] सिमेंट कार्बाइड.

क] HSS'

ड] सिरॅमिक

398] टिप केलेल्या उपकरणाच्या ऑफहँड ग्राइंडिंगसाठी योग्य डायमंड व्हीलचा बंध आहे

अ] रेझिनोइड

ब] विट्रिफाइड

क] शेलॅक

ड] धातू

399] खालीलपैकी कोणते बंध सर्रास वापरले जातात?

अ] विट्रिफाइडबॉण्ड'

ब] रबर बंध

क] शेलॅक बाँड

ड] सिलिकेट बंध

400] रेझिनोइड .बॉन्डसाठी पारंपारिकपणे वापरले जाणारे चिन्ह ~~~~~~~~~ आहे

अ] वि

ब] आर फ

क] बी

ड] इ

401] ग्राइंडिंग सराव मध्ये "ग्रेड ऑफ व्हील" या शब्दाचा संदर्भ ---------' आहे.

अ] वापरलेल्या अपघर्षकाची कडकपणा

ब] चाकाच्याबंधाचीताकद

C] चाक 0f समाप्त करा

ड] कामाच्या तुकड्यांची कडकपणा

402] चाके कापण्यासाठी कोणते बंधन वापरले जाते?

अ] रबर

ब] विट्रिफाइड

क] Resirjoid

ड] शेलॅक

औद्योगिक प्रशिक्षण संस्था

मासिक चाचणी-1, गुण- 20, तारीख:- _______________

(प्रत्येक प्रश्नाला दोन गुण असतात)

1-06] अपघात झाल्यास, पीडित व्यक्तीने im

अ] विश्रांती घेण्यास सांगितले

क] तात्काळ हजर झाले

डी] त्याला सोडा

2-07] जखमी किंवा आजारी व्यक्तीला प्राथमिक उपचार दिले जातात

अ] जीव वाचवा

ब] मफचा पुढील बिघाड टाळा

क] शक्य तितका आराम द्या

ड] हे सर्व

3-08] कचरा पेपर वेगळे करण्यासाठी डब्यांचा कलर कोड ----- आहे.

अ] निळा रंग

ब] पिवळा रंग

क] लाल रंग

ड] हिरवा रंग

4-09] वर्कशॉप सुरक्षा कोणती आहे?

अ] दुकानातील मजला स्वच्छ आणि ग्रीस, तेल किंवा इतर निसरड्या पदार्थांपासून मुक्त ठेवा

ब] वेग बदलण्यापूर्वी मशीन थांबवा

C] फटाके किंवा चिरलेली साधने वापरू नका

ड] धावणारे मशीन हाताने थांबवण्याचा प्रयत्न करू नका

5-10] वैयक्तिक संरक्षण उपकरणांमध्ये (PPE] हेल्मेट वापरले जाते

अ] डोके संरक्षित करा

ब] डोळ्यांचे रक्षण करा

क] हातांचे संरक्षण करा

ड] कानांचे रक्षण करा

6-11] खालीलपैकी कोणते सामान्य सुरक्षिततेशी संबंधित आहे?

A चांगल्या वृत्तीचा कार्यकर्ता ठेवा

ब] काम स्वच्छ आणि स्पष्ट

क] आपल्या कामावर लक्ष केंद्रित करा

ड] मजला आणि गँगवे स्वच्छ आणि स्वच्छ ठेवा

7-12] दळताना डोळ्यांच्या संरक्षणासाठी कोणता वापर केला जातो?

अ] गडद हिरवा काच

ब] मुखवटा

क] सूर्याचा चष्मा

ड] सुरक्षा गॉगल

8-13] खालीलपैकी कोणते मशीन सुरक्षिततेसाठी केले जाते?

अ] मशीन सुरू करण्यापूर्वी तेलाची पातळी तपासा

ब] पद्धतशीर पद्धतीने कामे करा

क] फरशी आणि गँगवे स्वच्छ आणि स्वच्छ ठेवा

ड] डाय आणि स्कार्फ वापरू नका

9-14] ln पर्सनल प्रोटेक्ट इक्विपमेंट (PPE., ‘स्लीव्हज’चा वापर संरक्षणासाठी केला जातो ----------

चेहरा

ब] डोळे

क] कान

ड] हात

10-15] ABC म्हणजे --------------

अ] स्वयंचलित श्वास नियंत्रण

ब] स्वयंचलित रक्त नियंत्रण

क] वायुमार्गातील श्वासोच्छवासाचे अभिसरण

ड] स्वयंचलित रक्त परिसंचरण

औद्योगिक प्रशिक्षण संस्था

मासिक चाचणी-2, गुण- 20, तारीख:- _______________

(प्रत्येक प्रश्नाला दोन गुण असतात)

1-21] समांतर रेषा चिन्हांकित करण्यासाठी वापरलेले साधन आहे, डेटाम काठाच्या समांतर आहे -

अ] जेनी कॅलिपर

ब] विभाजक

क] बाहेरील कॉलीपर

ड] कॅलिपरच्या आत

2-22] खालीलपैकी कोणते एक अप्रत्यक्ष मोजण्याचे साधन आहे?

अ] बाहेरील कॅलिपर

ब] व्हर्नियर कॅलिपर

क] पोलादी नियम

ड] बाहेरील मायक्रोमीटर

3-23] पातळ नळ्या कापण्यासाठी, हॅकसॉ ब्लेडची सर्वात योग्य पिच आहे...

अ] 1.8 मिमी

ब] 1.4 मिमी

क] 1 मि.मी

ड] 0.8 मि.मी

4-24] ठोस पितळ कापण्यासाठी, हॅकसॉ ब्लेडची सर्वात योग्य खेळपट्टी आहे...

अ] 1.8 मिमी

ब] 1.4 मिमी

क] 1 मि.मी

ड] 0.8 मि.मी

5-25] काही स्ट्रोक नंतर एक नवीन हॅकसॉ ब्लेड सैल होतो कारण ...

अ] ब्लेडचे ताणणे

ब] विंग-नट धागे जीर्ण होत आहेत

क] ब्लेडची चुकीची खेळपट्टी

ड] करवतीच्या संचाची अयोग्य निवड.

6-26] लहान व्यासाचे पाईप्स कापताना, नियमितपणे पाहणे आणि याची खात्री करणे उचित आहे ...

अ] कट वक्र रेषेच्या बाजूने आहे

ब] अधिक करवतीचे दात आकुंचन पावले आहेत

क] काम जास्त तापलेले नाही

ड] हॅकसॉचे योग्य संतुलन राखले जाते

7-27] व्हाइस क्लॅम्प वापरतात

अ] कठीण जबड्याचे रक्षण करा

ब] कामाचे तुकडे कडकपणे घट्ट करा

क] तयार पृष्ठभाग संरक्षित करा

ड] जंगम जबडा दाखल होण्यास प्रतिबंध करा

8-28] चिन्हांकित करताना संदर्भ पृष्ठभाग प्रदान केला जातो ...

अ] पृष्ठभाग मापक

ब] वर्कपीस

क] कामाचे रेखाचित्र

D] मार्किंग टेबल पृष्ठभाग

9-29] अभियंत्याच्या वाइसचा आकार द्वारे निर्दिष्ट केला जातो

अ] जंगम जबड्याची लांबी

ब] जबड्याची रुंदी

क] दुर्गुणाची उंची

ड] जबडा जास्तीत जास्त उघडणे

10-30] सार्वत्रिक पृष्ठभाग गेजचा भाग जो डेटाम काठावर समांतर रेषा काढण्यास मदत करतो.

अ] रॉकर हात

ब] स्नग

क] बारीक समायोजन स्क्रू

ड] मार्गदर्शक पिन

औद्योगिक प्रशिक्षण संस्था

मासिक चाचणी-३, गुण- २०, तारीख:- _______________

(प्रत्येक प्रश्नाला दोन गुण असतात)

1-36] 'V' ब्लॉक्सच्या ग्रेडमध्ये उपलब्ध आहेत...

अ] अ आणि ब

ब] अ, ब आणि क

क] १,२ आणि ३

ड] १ आणि २

2-37] 'B' ग्रेडचे 'V' ब्लॉक बनलेले आहेत

अ] कास्ट लोह

ब] सौम्य पोलाद

क] पोलाद

ड] कास्ट स्टील

3-38] केंद्र शोधण्यासाठी वापरलेल्या पंचाचे नाव द्या

अ] प्रिक पंच ३०°

ब] प्रिक पंच ६०°

क] केंद्र पंच

ड] डॉट पंच

4-39] केंद्र पंचाचा बिंदू कोन -------- आहे.

अ] ३०°

ब] ५०°

c] 900

ड] 1200

5-40] पंचांचा वापर ---------- कोणत्याही आकाराचा बनवण्यासाठी केला जातो

अ] छिद्र

ब] खाण

C] Knurling

ड] रीमिंग

6-41] साधारणपणे वाइसच्या हँडलची लांबी ---------- असते.

अ] वाइसच्या सामान्य आकाराच्या 1.5 पट

ब] वाइसच्या सामान्य आकाराच्या 2.5 पट

क] वाइसच्या सामान्य आकाराच्या 3.5 पट

ड] वाइसच्या सामान्य आकाराच्या 4.5 पट

7-42] बेंच वाइस स्पिंडल बनलेले आहे

अ] सौम्य पोलाद

ब] कास्ट लोह

क] साधन स्टील

ड] कांस्य

8-43] फाइल्सची उत्तलता मदत करते

अ] अवतल पृष्ठभाग फाइल करण्यासाठी

ब] बहिर्वक्र पृष्ठभाग फाइल करण्यासाठी

क] कामाच्या कडा गोलाकार टाळण्यासाठी

D] दाब लागू झाल्यावर सरळ होणारी फाईल

9-44] लाकूड, चामडे आणि इतर मऊ साहित्य भरण्यासाठी कोणती फाईल वापरली जाते?]

अ] सिंगल कट फाइल

ब] डबल कट फाइल

c] रास्प कट फाइल

ड] वक्र कट फाइल

10-45] वापरलेली फाईल ------------ साठी वापरली जाते

अ] कामाचा तुकडा साफ करणे

क] फाईलचे दात नूतनीकरण करणे

ब] फाईलचे दात साफ करणे

ड] चिप्स साफ करणे

औद्योगिक प्रशिक्षण संस्था

मासिक चाचणी-4, गुण- 20, तारीख:- ________________

(प्रत्येक प्रश्नाला दोन गुण असतात)

1-51] अ‍ॅल्युमिनियम ऑक्साईड चाक पीसण्यासाठी वापरले जाते ------------

अ] कास्ट लोह

ब] सिमेंट कार्बाइड.

क] HSS‘

ड] सिरॅमिक

2-52] टिप केलेल्या उपकरणाच्या ऑफहँड ग्राइंडिंगसाठी योग्य डायमंड व्हीलचा बंध आहे

अ] रेझिनोइड

ब] विट्रिफाइड

क] शेलॅक

ड] धातू

3-53] खालीलपैकी कोणते बंध सर्रास वापरले जातात?

अ] विट्रिफाइड बॉण्ड’

ब] रबर बंध

क] शेलॅक बाँड

ड] सिलिकेट बंध

4-54] रेझिनोइड .बॉन्डसाठी पारंपारिकपणे वापरले जाणारे चिन्ह ~~~~~~~~~ आहे

अ] वि

ब] आर फ

क] बी

ड] इ

5-55] ग्राइंडिंग सराव मध्ये "ग्रेड ऑफ व्हील" या शब्दाचा संदर्भ ---------' आहे.

अ] वापरलेल्या अपघर्षकाची कडकपणा

ब] चाकाच्या बंधाची ताकद

C] चाक 0f समाप्त करा

ड] कामाच्या तुकड्यांची कडकपणा

6-56] चाके कापण्यासाठी कोणते बंधन वापरले जाते?

अ] रबर

ब] विट्रिफाइड

क] Resirjoid

ड] शेलॅक

7-57] ------------------ वरून बनवलेली ग्राइंडिंग व्हील्स सर्वात सामान्य आहेत कारण त्याच्या मुक्त आणि थंड कटिंग क्रियेमुळे]

अ] अॅल्युमिनियम ऑक्साईड

ब] सिलिकॉन ऑक्साईड

C] अमोनियम ऑक्साईड

डी] कार्बाइड]

8-58] खालीलपैकी कोणता अपघर्षक धातू नसलेल्या वस्तू कापण्यासाठी चाके कापण्यासाठी वापरला जातो?

अ] अॅल्युमिनियम ऑक्साईड

ब] सिलिकॉन कार्बाइड

क] हिरा

ड] वरीलपैकी नाही

9-59] टंगस्टन कार्बाइड टूल इन्सर्ट पीसण्यासाठी कोणता अपघर्षक कण वापरला जातो?

अ] सिलिकॉन कार्बाइड

ब] ए|२०३

क] हिरा

ड] कोरंडम

10-60] खालीलपैकी कोणते नैसर्गिक अपघर्षक आहे?

अ] अॅल्युमिनियम ऑक्साईड

ब] सिलिकॉन

C] बोरॉन कार्बाइड

ड] कोरंडम

औद्योगिक प्रशिक्षण संस्था
मासिक चाचणी-5, गुण- 20, तारीख:- ________________
(प्रत्येक प्रश्नाला दोन गुण असतात)

1-66] पृष्ठभाग ग्राइंडिंगमध्ये सामान्य उद्देशाच्या पृष्ठभागाच्या ग्राइंडिंगसाठी ग्राइंडिंग व्हीलच्या धान्य आकाराची योग्य श्रेणी काय आहे?

अ] 20 ते 36

ब] 46 ते 60

क] 80 ते 120

ड] 150 ते 300

2-67] भारतीय मानकांनुसार, धान्य '46'. «w] ----- च्या गटाखाली येते.

अ] खडबडीत

ब] मध्यम

क] ठीक आहे

ड] खूप छान

3-68] ग्राइंडिंग व्हीलमध्ये वापरल्या जाणार्‍या ऍब्रेसिव्हचा आकार सामान्यतः ---------- द्वारे निर्दिष्ट केला जातो.

अ] कडकपणा क्रमांक

ब] चाकाचा आकार

क] अपघर्षकाची मऊपणा किंवा कडकपणा

ड] जाळी क्रमांक

4-69] बेंच ग्राइंडरचा वापर केला जातो

अ] हेवी इयुटी काम

ब] जड आणि हलके काम

क] लाईट इयुटी काम

ड] साबणाचे काम

5-70] बेंच ग्राइंडर a वर बसवलेले आहेत

अ] पाया

ब] तक्ता]

क] व्हील गार्ड

ड] कन्व्हेयर

6-71] टॅपर शँक ड्रिल मशीनवर यादृवारे आयोजित केले जातात ...

अ] चक

ब] बाही

क] वाहून जाणे

ड] वाइस

7-72] ड्रिल चक्स ड्रिलिंग मशीनच्या स्पिंडलवर एका... द्वारे बसवले जातात.

अ] नर्ल्ड रिंग

ब] आर्बर

क] वाहून जाणे

ड] पिनियन आणि किल्ली

8-73] कवायर्तीवर प्रदान केलेला मोर्स टेपर दरम्यान असतो

A] MT 1 ते MT 5

ब] MT 1 ते MT 4

C] MT 0 ते MT 5

D] MT 0 ते MT 4

9-74] यासाठी ड्रिफ्ट वापरले जाते...

अ] ड्रिल स्थान काढणे

ब] मशीन स्पिंडलवर चक फिक्स करणे

क] कामातून तुटलेली ड्रिल काढणे

ड] मशीन स्पिंडलमधून ड्रिल काढणे

10-75] जेव्हा ड्रिलची टेपर शँक मशीनच्या स्पिंडलपेक्षा मोठी असते, तेव्हा ड्रिल ठेवण्याचे साधन म्हणजे...

अ] ड्रिल स्लीव्ह

ब] टेपर सॉकेट

क] ड्रिल ड्रिफ्ट

ड] चक आणि कि

औद्योगिक प्रशिक्षण संस्था

मासिक चाचणी-6, गुण- 20, तारीखः- ________________

(प्रत्येक प्रश्नाला दोन गुण असतात)

1-81] ड्रिलचा क्लिअरन्स कोन दरम्यान आहे

अ] 3? 5 पर्यंत?

ब] 8? 12 पर्यंत?

क] 12? 20 पर्यंत?

ड] 15? 20 पर्यंत?

2-82] दुर्गम ठिकाणी (वीज उपलब्ध नाही) रेल्वे ट्रॅक ड्रिल केला जाणार आहे] योग्य ड्रिलिंग मशीन निवडा

अ] रेडियल ड्रिलिंग मशीन

ब] पिलर ड्रिलिंग मशीन

क] रॅचेट ड्रिलिंग मशीन

ड] संवेदनशील ड्रिलिंग मशीन

3-83] कॅबिनेट बनवण्यासाठी सुतार वापरत असलेले ड्रिलिंग मशीन म्हणजे अ

अ] रॅचेट ड्रिलिंग मशीन

ब] रेडियल ड्रिलिंग मशीन

क] स्तन ड्रिलिंग मशीन

ड] संवेदनशील ड्रिलिंग मशीन

4-84] वीज उपलब्ध नसलेल्या ठिकाणी छिद्र पाडण्यासाठी खालीलपैकी कोणते ड्रिलिंग मशीन वापरले जाते?

अ] बेंच ड्रिलिंग मशीन

ब] पिलर ड्रिलिंग मशीन

क] ड्रिलिंग मशीन पुन्हा डायल करा

ड] रॅचेट ड्रिलिंग मशीन

5-85] खालीलपैकी कोणते ड्रिलिंग मशीन हेवी इयुटी कामासाठी वापरले जाते?

अ] बेंच ड्रिलिंग मशीन

ब] पिलर ड्रिलिंग मशीन

क] रेडियल ड्रिलिंग मशीन

ड] इलेक्ट्रिक हँड ड्रिलिंग मशीन

6-86] ड्रिल चक मशीनच्या स्पिंडलवर ------ च्या माध्यमातून धरले जातात.

अ] आर्बर

ब] वाहून जाणे

क] ड्रॉ-इन बार

ड] चक नट

7-87] संवेदनशील बेंच ड्रिलिंग मशीनमध्ये ---- द्वारे भिन्न वेग प्राप्त केले जातात.

अ] बेल्ट पुली यंत्रणा

ब] हायड्रोलिक यंत्रणा

क] रॅक आणि पिनियन यंत्रणा

ड] कॅम आणि अनुयायी यंत्रणा

8-88] M10 x 15 साठी टॅपिंग ड्रिल आकार ---------- आहे

अ] ८.२

ब] ८.३

क] ८.४

ड] ८.५

9-89] M10X1.S च्या स्क्रूसाठी नट बनवायचे आहे] ड्रिल केलेल्या छिद्राचा आकार किती असावा?

अ] 8-5 मिमी

ब] 9.0 मिमी

क] 9.5 मिमी

ड] 10.0 मिमी

10-90] टॅप पीसून पुन्हा तीक्ष्ण केले जातात

अ] बासरी

ब] धागे

क] व्यास

ड] आराम

औद्योगिक प्रशिक्षण संस्था

मासिक चाचणी-7, गुण- 20, तारीख:- ______________

(प्रत्येक प्रश्नाला दोन गुण असतात)

1-96] एक डाय ज्यामध्ये प्रत्येक स्ट्रोकमध्ये कटिंग आणि नॉन कटिंग ऑपरेशन्स केल्या जातात.

अ] छेदून मरणे

ब] पुरोगामी मरतात

क] संयोजन मरतात

ड] कंपाऊंड मरणे

2-97] एक मृत्यू ज्यामध्ये कामावर दोन किंवा अधिक स्थानकांवर दोन किंवा अधिक अनुक्रमिक ऑपरेशन केले जातात.

अ] छेदून मरणे

ब] पुरोगामी मरतात

क] संयोजन मरतात

ड] कंपाऊंड मरणे

3-98] एक डाय ज्यामध्ये पंच आणि डायचे आकार कमी किंवा कोणत्याही धातूच्या प्रवाहासह थेट धातूमध्ये पुनरुत्पादित केले जातात.

अ] पुरोगामी मरतात

ब] संयोजन मरतात

क] कंपाऊंड मरतात

ड] फॉर्मिंग मरणे

4-99] कोणत्याही आकाराची छिद्रे तयार करण्यासाठी वापरला जाणारा डाय.

अ] छेदून मरणे

ब] पुरोगामी मरतात

क] संयोजन मरतात

ड] कंपाऊंड मरणे

5-100] आर्बर किंवा मॅन्डरेलसह वापरल्या जाणार्‍या अक्षीय छिद्रासह लहान रेमर म्हणतात -------

अ] समांतर रेमर

ब] समायोज्य रिमर

क] विस्तार रीमर

ड] चकिंग रिमर

6-101] खालीलपैकी कोणता मशीन रीमरचा वापर रीमर अक्ष आणि कार्य अक्ष यांच्यातील चुकीचे संरेखन दुरुस्त करण्यासाठी केला जातो?

अ] फ्लोटिंग ब्लेड रिमर

ब] मशीन जिग रिमर]

क] शेल रिमर

ड] चकिंग रिमर

7-102] मेट्रिक प्रणालीमध्ये व्हर्नियर उंची गेजची सर्वात कमी गणना आहे

अ] ०.०५ मिमी

ब] 0.1 मिमी

C] 0.02 मिमी

ड] 0.001 मिमी

8-103] ब्रिटीश प्रणालीमध्ये व्हर्नियर उंची गेजची सर्वात कमी गणना आहे

अ] ०.०५”

ब] ०.००१”

C] ०.००२”

डी] 1”

9-104] चिन्हांकित करण्याच्या हेतूंसाठी, वर एक व्हर्नियर उंची गेज वापरणे आवश्यक आहे

अ] यंत्र साधनाचा पलंग

ब] पृष्ठभाग प्लेट

क] चौरस ब्लॉक

ड] कोणताही सपाट पृष्ठभाग

10105] व्हर्नियर हाईट गेजचे वाचन a सारखेच असते

अ] व्हर्नियर कॅलिपर

ब] खोली मायक्रोमीटर

सी] डायल चाचणी निर्देशक

ड] गेज

औद्योगिक प्रशिक्षण संस्था

मासिक चाचणी-8, गुण- 20, तारीख:- ________________

(प्रत्येक प्रश्नाला दोन गुण असतात)

1-111] hole'30 +0..021, 0.000 आणि शाफ्ट 30 -0.110, 0.143 दरम्यान जास्तीत जास्त क्लिअरन्स आवश्यक आहे.

अ] 0.110 मिमी'

B.0.131 मिमी

C] 0.164 मिमी

ड] 0.143 मिमी

2-112] रेखांकनात 25.1002 मिमी असे परिमाण सांगितले आहे] सहिष्णुता काय आहे?

अ] +०.०२ मिमी'

ब] +0.04 मिमी

C] -0.02 मिमी

ड] 25.00 मिमी

3-113] एक पिन एका छिद्रात बसविली जाते] पिनचा सहनशीलता क्षेत्र छिद्रापेक्षा पूर्णपणे वर असतो] प्राप्त केलेली फिट असेल?

अ] क्लिअरन्स फिट

ब] संक्रमण फिट

क] हस्तक्षेप फिट

ड] धावणे फिट

4-114] भाग आकारास सहिष्णुता दिली जाते

अ] आवश्यक अनुज्ञेय आकाराच्या त्रुटीमध्ये भागाचे उत्पादन करा

ब] उत्पादन वाढवा

क] उत्पादन कमी करा

ड] घटक अंदाजे पूर्ण करा

5-115] खालीलपैकी कोणते क्लीयरन्स संपूर्ण मूलभूत प्रणाली अंतर्गत योग्य आहे?

A] 20 H7/p6'

ब] 2067/211

C] ZOG/gll

D] 20H/g11

6-116] BIS प्रणालीनुसार फिटचे तीन वर्ग आहेत

अ] क्लिअरन्स फिट, इंटरफेरन्स फिट आणि ट्रांझिशन फिट

• 111 •

ब] मध्यम फिट, पुश फिट आणि घट्ट फिट

क] फ्लॅट फिट, राउंड फिट आणि स्क्वेअर फिट

ड] 'स्लाइडिंग फिट', लूज फिट आणि संकोचन फिट

7-117] खालीलपैकी कोणते सहिष्णुता वैशिष्ट्य 20 मिमी पेक्षा कमाल परिमाणे नसलेले आहे?

अ] २० +०.२,-०.३

ब] 20 320.2

क] 20 -0.2, 0.3 ई

Dm 20 +500, ~03

8-118] कमाल आणि किमान मर्यादेतील फरक -------- आहे.

अ] एकच माहिती देणारा

ब] मूळ शाफ्ट

क] मंजुरी

ड] सहिष्णुता

9-119] एक शाफ्ट 55 झुडूप मध्ये मुक्तपणे चालणारा प्रकार आहे ---------

अ] क्लिअरन्स फिट

ब] ड्रायव्हिंग प्लेट

क] संकोचन फिट

ड] वरीलपैकी काहीही नाही

10-120] व्हर्नियर कॅलिपरची सर्वात कमी संख्या आहे (मुख्य स्केल = 49 विभाग, व्हर्नियर स्केल = 50 विभाग)

अ] 0.1 मिमी

ब] 0.01 मिमी

C] 0.001 मिमी

ड] 0.02 मिमी

औद्योगिक प्रशिक्षण संस्था

मासिक चाचणी-9, गुण- 20, तारीख:- _______________

(प्रत्येक प्रश्नाला दोन गुण असतात)

1-126] मायक्रोमीटरच्या बाहेरील मेट्रिकच्या स्लीव्हवरील सर्वात लहान भागाचे मूल्य ----- आहे.

अ] 0.50 मिमी

ब] 1.00 मिमी

क] 1.50 मिमी

ड] 2.00 मिमी

2-127] मायक्रोमीटरमध्ये रॅचेट स्टॉप --------- मदत करते

अ] दाब नियंत्रित करा

ब] स्पिंडल लॉक करा

C] शून्य त्रुटी समायोजित करा

ड] कामाचा तुकडा धरा

3-128} डायल टेस्ट इंडिकेटरचे उपयोग ----------

अ] समांतरता आणि सपाटपणासाठी समतल पृष्ठभाग तपासणे

ब] शाफ्ट आणि बार्सचा सरळपणा तपासण्यासाठी

क] छिद्र आणि शाफ्ट्सची एकाग्रता तपासण्यासाठी

ड] वरील सर्व

4-129] डायल चाचणी निर्देशक दर्शवितात की मापन -------

अ] विवर्धित लहान भिन्नता बिंदूद्वारे आकार आहे

ब] वरच्या पायऱ्यांमधील फरक 5 मि.मी

क] घटकाचा वास्तविक आकार

ड] परिमाण थेट वाचन

5-130] मापन केलेल्या लहान फरकाला मोठे करणाऱ्या साधनाचे नाव द्या]

अ] व्हर्नियर कॅलिपर

ब] मायक्रोमीटर

C] डायल इंडिकेटर

ड] पोलादी नियम

6-131] HSS] टूल्ससह ॲल्युमिनियमसाठी कटिंग गती आहे

अ.] ३० मी/मिनिट

ब.] ५० मी/मिनिट

C.] 70 मी/मिनिट

डी.] 130 मी/मिनिट

7-132] HSS] टूलसह ब्राससाठी कटिंग गती आहे

A.] 10 मी/मिनिट

B.] 25 मी/मिनिट

C.] 70 मी/मिनिट

डी.] 140 मी/मिनिट

8-133] M24 x 3 मिमी अंतर्गत धाग्यासाठी कटची खोली आहे

अ] ०.५४१२ x ३

ब] ०.६१३४ x ३

क] ०.५ x ३

ड] ०.७ x ३

9-134] 24 x 3 मिमी अंतर्गत एक्मी थ्रेड्स कापण्यासाठी, जॉबचा मूळ व्यास आहे

अ] 20.00 मिमी

ब] 21.66 मिमी

क] 21.00 मिमी

ड] 20.60 मिमी

10-135] मेट्रिक स्क्वेअर थ्रेडिंगसाठी कटची खोली आहे

अ] ०.६ x पी

ब] ०.५ x पी

क] ०.५४१२ x पी

ड] ०.६४१२ x पी

औद्योगिक प्रशिक्षण संस्था

मासिक चाचणी-10, गुण- 20, तारीख:- ________________

(प्रत्येक प्रश्नाला दोन गुण असतात)

1-141] मोठ्या प्रमाणात उत्पादनासाठी कोणते मशीन वापरले जाते?

अ] सेंटर लेथ

ब] उत्पादन लेथ

क] स्पेशल लेथ

ड] इंजिन लेथ

2-142] अधिक अचूक कामासाठी कोणता लेथ वापरला जातो?

अ] सेंटर लेथ

ब] स्पेशल लेथ

क] उत्पादन लेथ

ड] टूल रूम लेथ

3-143] टूल रूम लेथची अचूकता कॉम्पीअर सेंटर लेथची आहे.]

(अ] कमी

(आ.] अधिक

(क] खूप कमी

(ड .) समान

4-144] लोकोमोटिव्ह असेंबल व्हीलमध्ये एक्सेलसह लेथ चालू आहे

(अ] केंद्र खराद

(ब] टूल रूम लेथ

(क.) चाकाचा लेथ

(ड] गॅप बेड लेथ

5-145] कास्ट आयरन मशीन बेड तयार करण्यासाठी वापरले जाते कारण -------

अ] ते अधिक संकुचित तणावाचा प्रतिकार करू शकते

ब] ते वजनाने जड असते

क] हा स्वस्त धातू आहे

ड] हा एक ठिसूळ धातू आहे

6-146] खालीलपैकी कोणते ऑपरेशन सेंटर लेथवर करता येत नाही?]

अ] वळणे

ब] धागा कापणे

क] गियर कटिंग

ड] बारीक टर्निंग

7-147] घन साधनाची कटिंग धार बनलेली असते

अ] कार्बन स्टील

ब] सौम्य पोलाद

C] सुपर हाय स्पीड स्टील

ड] स्टिलाइट

8-148] सिमेंट कार्बाइड थ्रेडिंग टूलची टीप आहे

अ] brazed

ब] वेल्डेड

क] सोल्डर केलेले

ड] टांग्याला चिकटवले

9-149] टूल कामाच्या पृष्ठभागावर घासेल आणि कटिंग फोर्स वाढेल तेव्हा..

अ] क्लिअरन्स कोन अधिक आहे

ब] मंजूरी परी कमी आहे

क] रेक कोन अधिक आहे

ड] रेकचा कोन कमी आहे

10-150] कापताना चिपची निर्मिती यावर आधारित असते...

अ] उपकरणाचा रेक कोन

B] साधनाचा क्लिअरन्स कोन

क] उपकरणाचा पाचर कोन

D] साधनाचा क्लिअरन्स आणि वेज अँगल

औद्योगिक प्रशिक्षण संस्था

मासिक चाचणी-11, गुण- 20, तारीख:- ________________

(प्रत्येक प्रश्नाला दोन गुण असतात)

1-156] कटिंग टूल सेटिंग केंद्राच्या उंचीपेक्षा कमी केल्यास काय होईल?

अ] शीर्ष रेक कोन वाढवा

ब] शीर्ष रेक कोन कमी करा

C] रेकवर कोणताही परिणाम होत नाही

ड] क्लिअरन्स कोन कमी करा

2-157] कटिंग टूल कामाच्या केंद्राला अस्वस्थ करत असेल तर?

अ] फ्रंट क्लीयरन्स कोन वाढवा

B] समोरील मंजुरी कोन कमी करा

C] समोरच्या मंजुरीच्या कोनावर कोणताही परिणाम होत नाही

ड] त्यापैकी एकही नाही

3-158] जर कटिंग टूल जॉबच्या केंद्राची सेटिंग खाली असेल तर?

अ] फ्रंट क्लीयरन्स कोन वाढलेला आहे

B] फ्रंट क्लीयरन्स कोन कमी आहे

C] क्लिअरन्स अँगलवर कोणताही प्रभाव नाही

ड] त्यापैकी एकही नाही

4-159] झिरो रेक अँगल टूलसाठी द्या?

अ] साधनाचे घर्षण टाळण्यासाठी

ब] साधन आयुर्मान वाढवण्यासाठी

क] स्ट्रेट ऑफ टूल वाढवण्यासाठी

ड] कामावर चांगले काम करण्यासाठी

5-160] कार्बाइड टिप टूलसाठी हार्ड मटेरिअल चालू करण्यासाठी ...... आवश्यक आहे का?

अ] बाजूच्या रेकचा कोन

ब] शून्य रेक कोन

क] सकारात्मक रेक कोन

ड] नकारात्मक रेक कोन

6-161] कटिंग टूलची कटिंग एज तुटू नये...?

अ] खाद्य वाढ

ब] कटिंगचा वेग कमी केला

क] नाकाची लांबी कमी होणे

D] नकारात्मक रेक अँगल वापरा

7-162] एका टूलमध्ये चिप ब्रेकर दिलेला आहे

अ] 'हे चिप्सचे लहान तुकडे करतात

ब] लांब कट पासून चिप्स सतत प्रकार असणे

C] चिरलेल्या चिप्स असणे]

8-163] स्टेप प्रकार चिप ब्रेकर एक आहे

अ] ज्यामध्ये कटिंग काठाच्या मागे एक लहान खोबणी आहे

ब] ज्यामध्ये कटिंग एजच्या बाजूने टूलच्या चेहऱ्यावर एक पायरी आहे

C] ज्यामध्ये एक पातळ कार्बाइड प्लेट किंवा क्लॅम्प टूलच्या तोंडावर ब्रेझ केलेले किंवा स्क्रू केले जाते]

9-164] लेथ चक लावण्यासाठी

अ] हाताने सुरू करा आणि नंतर पॉवर चालू करा

ब] शक्तीने ते माउंट करा

क] हाताने माउंट करा

ड] हातोड्याच्या साहाय्याने तो बसवा

10-165] व्हर्नियर बेव्हल प्रोट्रॅक्टरची सर्वात कमी गणना आहे...

अ] १"

B] 5'

क] १?

डी] ५?

औद्योगिक प्रशिक्षण संस्था

मासिक चाचणी-12, गुण- 20, तारीख:- ________________

(प्रत्येक प्रश्नाला दोन गुण असतात)

1-388] जेथे मोठ्या संख्येने एकसारखे तुकडे अनुक्रमित केले जातात तेथे वापरले जाते

अ] डायरेक्ट इंडेक्सिंग हेड

ब] साधे इंडेक्सिंग हेड

C] युनिव्हर्सल इंडेक्सिंग हेड

ड] वरीलपैकी नाही

2-389] डिफरेंशियल इंडेक्सिंगसाठी गियर्सच्या अनेक बदलांसह वापरले जाते]

अ] डायरेक्ट इंडेक्सिंग हेड

ब] साधे इंडेक्सिंग हेड

C] युनिव्हर्सल इंडेक्सिंग हेड

ड] वरीलपैकी नाही

3-390] ------------------- वरून बनवलेली ग्राइंडिंग व्हील्स सर्वात सामान्य आहेत कारण त्याच्या मुक्त आणि थंड कटिंग क्रियेमुळे]

अ] ॲल्युमिनियम ऑक्साईड

ब] सिलिकॉन ऑक्साईड

C] अमोनियम ऑक्साईड

डी] कार्बाइड]

4-391] खालीलपैकी कोणता अपघर्षक धातू नसलेल्या वस्तू कापण्यासाठी चाके कापण्यासाठी वापरला जातो?

अ] अ‍ॅल्युमिनियम ऑक्साईड

ब] सिलिकॉन कार्बाइड

क] हिरा

ड] वरीलपैकी नाही

5-392] टंगस्टन कार्बाइड टूल इन्सर्ट पीसण्यासाठी कोणता अपघर्षक कण वापरला जातो?

अ] सिलिकॉन कार्बाइड

ब] ए|२०३

क] हिरा

ड] कोरंडम

6-393] खालीलपैकी कोणते नैसर्गिक अपघर्षक आहे?

अ] अ‍ॅल्युमिनियम ऑक्साईड

ब] सिलिकॉन

C] बोरॉन कार्बाइड

ड] कोरंडम

7-394] खालीलपैकी कोणते उत्पादित अपघर्षक आहे?

अ] कॉरंडम]

ब] क्वार्ट्ज

क] सिलिकॉन

ड] एमरी

8-395] स्टील फिटिंग पीसण्यासाठी कोणता अपघर्षक कण वापरला जातो?

अ] सिलिकॉन कार्बाइड

ब] अ‍ॅल्युमिनियम ऑक्साईड

क] हिरा]

ड] बोरॉन ऑक्साईड

9-396] काँक्रीटचे दगड आणि गवंडी कापण्यासाठी चाकाचे कोणत्या प्रकारचे अपघर्षक कट वापरावे?

अ] सिलिकॉन

ब] Al203

क] डायमंड ग्रिट

ड] काच

10-397] एल्युमिनियम ऑक्साईड चाक पीसण्यासाठी वापरला जातो ------------

अ] कास्ट लोह
ब] सिमेंट कार्बाइड.
क] HSS'
ड] सिरॅमिक

www.ingramcontent.com/pod-product-compliance
Lightning Source LLC
Chambersburg PA
CBHW070838160726
48004CB00001B/429